ध्यानस्वास्थ्य

निरोगी जीवनासाठी ध्यानगाथा

मनोज पटवर्धन

सकाळ प्रकाशन

सकाळ प्रकाशन

Dhyanswasthya

© 2025, Manoj Patwardhan

ध्यानस्वास्थ्य

© २०२५, मनोज पटवर्धन

प्रथम आवृत्ती	:	२१ जून, २०२५ (आंतरराष्ट्रीय योग दिन)
प्रकाशक	:	सकाळ मीडिया प्रा. लि. ५९५, बुधवार पेठ, पुणे ४११ ००२
संपादन	:	वर्षा आठवले
मुखपृष्ठ आणि मांडणी	:	मधुमिता शिंदे
मुद्रितशोधन	:	अश्विनी महाजन
मुद्रणस्थळ	:	विकास प्रिंटिंग ॲण्ड कॅरिअर्स प्रा. लि. प्लॉट नं. ३२, एमआयडीसी, सातपूर, नाशिक
ISBN	:	978-93-49487-05-5
संपर्क	:	९८८१५ ९८८१५ / ८८८८८ ४९०५० sakalprakashan@esakal.com

“चालता बोलता सहज घडे ध्यान!”

आई,

पृथ्वीवर आल्यापासून
आणि कदाचित शेवटच्या क्षणापर्यंत
तुझ्यातला प्रत्येक दैवी गुण
हेच शिकवत राहील...

ही ध्यानसुमने तुला अर्पण

आत्मोन्नतीच्या प्रकाशवाटा दाखवणारे पुस्तक

योगप्रचार आणि योगप्रसार हे ज्यांनी आपले जीवितकार्य मानले आहे असे माझे जवळचे मित्र मनोज पटवर्धन यांच्या 'ध्यानस्वास्थ्य' या पुस्तकाला प्रस्तावना लिहिताना मला अतिशय आनंद होतो आहे. जीवनाचे झालेले शहरीकरण, धावपळीची झालेली जीवनशैली, दिवसेंदिवस अस्तित्वासाठीचा तीव्र होत चाललेला संघर्ष, का धावायचे आणि किती धावायचे याचा हरवलेला विवेक यामुळे माणसाच्या जीवनातील ताणतणाव वाढत चालले आहेत. बाहेरचा गोंगाट प्रचंड वाढला आहे त्यामुळे माणसांना अंतर्नाद ऐकायला येत नाही. पक्वानांचा गुणाकार होत असताना जीवनसत्त्वांचा मात्र भागाकार होत चालला आहे. जगण्याची प्रत आणि गुणवत्ता खालावत चालली आहे. एकीकडे विपुल भौतिक समृद्धी असताना दुसरीकडे किळसवाणे वैचारिक दारिद्र्य वाढत चालले आहे. एकांत आणि एकाग्रता ही मूल्ये हरवत चालली आहेत. साऱ्या समस्यांची उत्तरे शोधण्याची शक्ती आपल्यातच आहे. आपण मात्र त्यासाठी वणवण भटकतो आहोत. अशा परिस्थितीत अंतर्मुख होऊन विचार करण्याची गरज आहे. सत्त्व आणि स्वत्व हरवत चाललेल्या माणसांना त्यांच्या अंतरंगात असलेल्या सामर्थ्याची जाणीव ध्यानातूनच होऊ शकेल असे मनोज पटवर्धन यांना वाटते. म्हणूनच त्यांचे 'ध्यानस्वास्थ्य' हे पुस्तक वाचकांना आत्मोन्नतीच्या प्रकाशवाटा दाखवणारे आहे.

ॐकाराच्या उच्चाराचे होणारे प्रभावी परिणाम त्यांनी सांगितले आहेत. 'ॐ' ही साक्षात विधात्याची स्वाक्षरी आहे असे म्हटले जाते. ज्यांच्या समवेत मी उष:प्रभा या मासिकासाठी काम केले ते ख्यातनाम पोलीस चातुर्य कथाकार

व. कृ. जोशी यांनी त्यांच्या आत्मपर लेखनात जे लिहिले आहे ते खूप महत्त्वाचे आहे. व्होकल कॉर्ड पॅरलाइज झाल्यामुळे त्यांची वाचा गेली होती. ॐकाराच्या शास्त्रशुद्ध उच्चारणाने ती परत येऊ शकते असा विश्वास त्यांना काही जाणकारांनी दिला. व.कृ. जोशी यांनी ती वाट चोखाळली आणि त्यांची गेलेली वाचा परत आली. हे ॐकाराचे सामर्थ्य आहे. त्याविषयी वैज्ञानिक दृष्टिकोनातून झालेल्या संशोधनासह पटवर्धन यांनी भारतीय संस्कृतीतल्या संदर्भासहित अनेक उदाहरणे देत ॐकाराचे महत्त्व पटवून दिले आहे.

बालकांपासून ते ज्येष्ठांपर्यंत सगळ्यांच्याच मनावर असलेला ताण कमी होण्यासाठी 'रामरक्षा अवयव ध्यान' कसे उपयुक्त ठरेल याचे त्यांनी केलेले विवेचन अतिशय अभ्यासपूर्ण आहे. योगशास्त्रातील ध्यानाचा संबंध फक्त अध्यात्माशी आहे, वैद्यकीय आणि वैज्ञानिक निकषांवर ते टिकणार नाही असा चुकीचा समज पसरवला जात असताना ध्यानावर होत असलेल्या जागतिक संशोधनाकडे त्यांनी लक्ष वेधले आहे. चांगले छंदही ध्यानाची पूर्वतयारी आहे याची जाणीव करून देत असताना 'काहीही न करणे म्हणजे ध्यान', या ध्यानाच्या अतिशय महत्त्वाच्या व्याख्येची ओळख त्यांनी करून दिली आहे. कंठचक्र भ्रामरी ध्यान, शिव ध्यान, कालभैरव ध्यान, जपानी मंत्र ध्यान, सोहम ध्यान, श्वसन ध्यान, भावातीत ध्यान, पूर्णयोग ध्यान, साक्षीत्व ध्यान, उज्जायी मुद्रा ध्यान, भगवान बुद्धांची ध्यानपद्धती : विपश्यना, डामर भ्राम ध्यान, शवासन ध्यान, ज्ञानेश्वरांचे विश्वशांती ध्यान, प्रणवनिद्रा ध्यान, मानसवारी ध्यान, षट्चक्र ध्यान, चालता चालता करायचे ध्यान, शांभवी मुद्रा ध्यान, पर्जन्य ध्यान, ॐकार गणेश ध्यान, कृतज्ञता ध्यान, गायत्री ध्यान, दुर्गा योग शक्ती ध्यान, पौर्णिमेचे चंद्र ध्यान, दीपध्यान, आचार्य रजनीशांच्या ध्यानपद्धती, सिंह मुद्रा ध्यान, सूक्ष्म योग ध्यान अशा ध्यानांच्या विविध प्रकारांविषयी आणि त्यांच्या उपयुक्ततेविषयी पटवर्धन यांनी दिलेली माहिती वाचताना त्यांच्या अभ्यासाचा आणि व्यासंगाचा पैस ध्यानात येतो.

'योगनिद्रा' हे योगशास्त्राने दिलेले एक अद्भुत वरदान आहे. या अतिशय प्रभावी योग्य प्रक्रियेविषयी त्यांनी सविस्तर लिहिले आहे. त्याच्या पूर्वतयारी पासून ते योगनिद्रेतून हळुवारपणे बाहेर येण्याच्या स्थितीपर्यंत सर्वच पायऱ्या त्यांनी छान समजावून सांगितल्या आहेत. 'सायक्लिक मेडिटेशन' संदर्भात लिहिताना चक्रिय ध्यानाची प्रत्यक्ष प्रक्रिया त्यांनी विशद केलेली आहे. प्राचीन ज्ञानाला आधुनिक

विज्ञाननिष्ठ संशोधनाची जोड देऊन बनलेली सर्वोत्कृष्ट ज्ञानप्रक्रिया म्हणजे 'सायक्लिक मेडिटेशन' असे त्यांचे सांगणे आहे. जगभरातील लक्षावधी रुग्णांना त्याचा फायदा कसा होतो हे त्यांच्याकडून जाणून घेताना आपणही थक्क होतो.

व्यक्तीच्या ठायी असणारे आत्मतत्त्व आणि विश्वाच्या ठायी असणारे परमतत्व यांच्यात एकरूपता अनुभवणे म्हणजे योग. योग म्हणजे माणसाच्या ठायी असणाऱ्या आंतरिक सामर्थ्याचे प्रकटीकरण करणारी प्रक्रिया. मनोज पटवर्धन यांनी आजवर केलेली योगसाधना, त्यांचे चौफेर वाचन, सखोल अभ्यास या साऱ्याला असलेली मननाची आणि चिंतनाची जोड त्यामुळे त्यांच्या लेखनाला एक वेगळे परिमाण लाभले आहे. 'अनुभव येथे व्हावा शिष्टाचार' या न्यायाने हे लेखन त्यांनी केलेले असल्यामुळे त्यांच्या सांगण्याला अनुभूतीचे कोंदण लाभलेले आहे. 'प्रचितीवीण अवघे व्यर्थ' या समर्थ वचनावर त्यांची गाढ श्रद्धा आहे. अनुभवाच्या प्रयोगशाळेतून तावून सुलाखून निघालेले त्यांचे आयुष्यभराचे ध्यानसंचित त्यांनी या पुस्तकातून सर्वांसाठी खुले केले आहे. जाणकार वाचक या पुस्तकाचे स्वागत करतील याची मला खात्री आहे.

साधी सोपी भाषा, अवघड विषय सोपा करून सांगण्याची हातोटी आणि मुख्य म्हणजे विषयाबाबतची तळमळ यामुळे हे पुस्तक वाचनीय झाले आहे. मनोज पटवर्धन यांनी असेच लिहित राहावे आणि 'स्वतःला ओळखा, स्वतःमध्ये बदल करा आणि आहात त्यापेक्षा अधिक उन्नत अवस्थेला जा' या विचारसूत्राने योगी अरविंद यांच्या वाटेने जाऊ इच्छिणाऱ्यांना मार्गदर्शन करीत राहावे त्यासाठी त्यांना मनःपूर्वक शुभेच्छा!

– प्रा. मिलिंद जोशी

अध्यक्ष,

अखिल भारतीय मराठी साहित्य महामंडळ, पुणे

शोध चिरकाल शांततेचा!

'सकाळ'मध्ये वर्षभर 'ध्यानस्थ' या सदरात लिहिण्याची संधी मिळाली. योगाच्या क्षेत्रात ३० वर्षांहून अधिक काळ शिकवताना घेतलेले अनुभव, वाचन, चिंतन, वेगवेगळे प्रयोग आणि निरीक्षणं यांना जणू नवीन कोंब फुटले. मानवी मनाला होणारी जाणीव अधिकाधिक अंतर्मुख कशी करता येईल यासंबंधी अनेक विषय मनात पिंगा घालत होते. या लेखमालेच्या निमित्ताने योगातल्या एकेका शिथिलीकरण तंत्राचा धागा पकडून व्यक्त होत गेलो. 'सकाळ'कडे येणाऱ्या प्रतिसादाचा ओघ वाढतच गेला. त्यावरून वाचकांना ते खूप भावतंय हे लक्षात आलं. सुरुवातीच्या दोन-तीन महिन्यांतच डॉक्टर्स, उद्योजकांपासून ते रिक्षाचालक, सुरक्षारक्षक अशा समाजाच्या सर्व स्तरांतून फोन, मेसेज यायला लागले. हे सगळे जण किती आवडीने आणि बारकाईने 'सकाळ' वाचतात, हेही प्रकर्षाने जाणवलं. लेख वाचून अनेक जण त्याप्रमाणे सराव करत होते. फोन, व्हॉट्सॲप, फेसबुक या माध्यमांतून अभिप्राय कळवत होते. हे सगळं खूप आनंद आणि समाधान देणारं होतं.

प्राणायाम, योगनिद्रा, नादानुसंधान, संकल्पदृश्य, शिथिलीकरण तंत्रं अशा इतर योगिक प्रक्रियाही ध्यानाइतक्याच प्रभावी होऊ शकतात, याची प्रचिती अनेकांना घेता आली. इतक्या सहज-सोप्या उपायांनी शरीर-मनाची एकरूपता साधत शांत-विश्रांत होता येतं, हा अनुभव या सगळ्यांना खूप दिलासा देणारा होता.

भारतात अतिशय प्राचीन काळापासून योगशास्त्राचा विकास झाला. यातूनच पुढे हठयोग, राजयोग, तंत्रयोग अशा अनेक परंपरा विकसित झाल्या. अनेक योगगुरू, योगतज्ज्ञ, मार्गदर्शक यांच्या अनुभवातून या परंपरा चहुअंगांनी

बहरल्या, विस्तारल्या, समृद्ध होत गेल्या. यातलं बहुमूल्य, उपयुक्त मार्गदर्शन हे एकत्रितरीत्या, साध्या-सोप्या शब्दांतून लोकांपर्यंत पोहोचवण्याचा वर्षभर प्रयत्न केला. 'सकाळ'च्या पुढाकारामुळे आता हेच सगळं पुस्तकरूपात साधकांना प्रत्यक्ष अनुभवायला मिळणार आहे. या विचाराने होणारा आनंद आणि समाधान हे शब्दांत व्यक्त करणं खरंच अशक्य आहे!

गेल्या दीड वर्षाच्या लेख आणि पुस्तक प्रपंचात 'सकाळ'चं संपादक मंडळ आणि पुस्तक प्रकाशन विभागातल्या सर्वांनी वेळोवेळी खूप मदत आणि बहुमोल मार्गदर्शन केलं. त्याबद्दल सर्वांचा मी मनापासून आभारी आहे!

या पुस्तकातल्या एकाहून एक सुंदर अशा शिथिलीकरणाच्या योगक्रिया आपल्याला अनुभवायला मिळतील. शरीर, मन, बुद्धी, विचार, भावना या सर्वच स्तरांवर एक असीम अशी शांतता, प्रसन्नता, स्थिरता आनंद प्राप्त करून देणारा हा एक अदृश्य खजिनाच आहे. या पुस्तकाच्या रूपाने या खजिन्याची गुरुकिल्ली आपल्याला गवसेल! लेखमालेला आपण जसा भरभरून प्रतिसाद दिला, तसाच पुस्तकालाही मिळेल, हा विश्वास आहे.

– मनोज पटवर्धन

अनुक्रमणिका

ध्यान विभाग

नादानुसंधान

भक्तियोग

मंत्रयोग

प्राणायाम

शिथिलीकरण तंत्र

संकल्प दृश्य

योगप्रक्रिया

योगियांची मांदियाळी

ध्यान विभाग

- निरोगी जीवनाची गुरुकिल्ली
- चांगले छंद : ध्यानाची पूर्वतयारी
- ध्यानासाठी आवश्यक पूर्वतयारी
- मुलांसाठी ध्यान
- विद्यार्थ्यांसाठी ध्यान
- साक्षीत्व ध्यान
- उदरभरण नोहे। जाणिजे 'ध्यान'कर्म॥
- ध्यान करू या चालता-चालता!
- कृतज्ञता ध्यान
- दीप ध्यान
- जागतिक ध्यानदिन : ओळख ध्यानविश्वाची

निरोगी जीवनाची गुरुकिल्ली

नात्यातलं एखादं लग्न, पंचाहत्तरी सोहळा असो किंवा मित्रमैत्रिणींचं संमेलन; चार-पाच जण एकत्र आले की गप्पाटप्पांना अगदी उधाण येतं. या गप्पात एक विषय मात्र अगदी हमखास चर्चेत असतोच; तो म्हणजे, आपलं आरोग्य! वाढलेलं पोट, आटोक्याबाहेर चाललेलं वजन, ताणतणावामुळे उद्भवलेला मधुमेह, रक्तदाबासारखा आजार. या सर्व समस्यांवर प्रत्येक जण अगदी 'सुप्पर डुप्पर स्पेशालिस्ट' डॉक्टर असल्यासारखा बोलत असतो. जिम, चालणं, एरोबिक व्यायाम, डाएट अशा उपायांवर सहज एखादी डॉक्टरेट मिळवता येईल एवढी माहिती तर प्रत्येकाकडेच असते.

खरंतर प्राचीन भारतीय परंपरेतच 'निरामय आरोग्याची गुरुकिल्ली' लपलेली आहे – ती म्हणजे ध्यान! वेद, उपनिषदं, भगवद्गीता अशा अनमोल भांडारातून ऋषीमुनींनी ध्यानाविषयी पुष्कळ काही सांगून ठेवलं आहे. संतांनी तर स्वतः साधं सरळ जीवन जगत 'चालताबोलता सहज घडे ध्यान' हे प्रत्यक्ष दाखवून दिलं.

इतकं सगळं असूनही, सामान्य माणूस मात्र या ध्यानविद्येपासून लांबच राहिला आहे. तुकोबा म्हणतात त्याप्रमाणे, 'तुझे आहे तुजपाशी। परि तू जागा चुकलासी॥' अशी त्याची गत झालेली दिसते. या सगळ्यांमागचं मुख्य कारण म्हणजे, याविषयी असलेलं अज्ञान आणि गैरसमज!

ध्यान म्हणजे फक्त आध्यात्मिक लोकांचा प्रांत, निवृत्तीनंतरचा विरंगुळा, विशिष्ट धर्माची मक्तेदारी असे अनेक गैरसमज समाजात पसरलेले आहेत.

याबरोबरच, 'दोन-तीन तास न हलता बसायला लागतं', 'गुरूंची दिक्षा घ्यावीच लागते' असं अज्ञानही याला कारणीभूत आहे.

आजच्या धावपळीच्या जगात, ध्यानासाठी अगदी दहा-पंधरा मिनिटं देता येणं हेसुद्धा अवघडच नाही, तर अशक्यप्राय वाटतं! खरंतर आपल्यापैकी कुणालाच ध्यानातून 'मोक्षप्राप्ती, ईश्वरदर्शन' वगैरे काही अप्राप्य असं काही मिळवायचं नसतं, बरं का! माझा रोजचा दिवस आनंदात, ताणविरहित जावा इतकीच आपली माफक अपेक्षा असते. हो की नाही? या साध्यासुध्या इच्छेची पूर्तता होण्यासाठी दररोज फक्त दहा-पंधरा मिनिटं केलेलं साधंसोपं ध्यान ही नवीन साधकांसाठी नवसंजीवनीच ठरते.

एक अगदी मूलभूत प्रकार म्हणजे 'ॐकार ध्यान'.

ॐकार ध्यान

करायला अतिशय सोपा; पण तितकाच परिणामकारक असा हा ध्यानप्रकार आहे. 'या विश्वाची निर्मिती नक्की कशी झाली?' याविषयी जगभरातल्या शास्त्रज्ञांची वेगवेगळी मतं आहेत. 'या विश्वाची निर्मिती होतेवेळी झालेल्या महाविस्फोटातून एक अलौकिक, दिव्य असा नाद निर्माण झाला. हा नाद म्हणजेच ॐकार' असं योगशास्त्र सांगतं.

ॐकार कसा म्हणायचा? त्याच्या उच्चारणाची योग्य, शास्त्रशुद्ध पद्धत काय आहे ते पाहू या.

- ॐकार म्हणताना आधी दीर्घ श्वास घ्यावा.
- श्वास सोडताना 'अ'कार अगदी थोडा, 'उ'कार त्यापेक्षा थोडा जास्त, आणि 'म'कार श्वास संपेपर्यंत म्हणावा.
- समजा, आपल्याला दहा सेकंदांपर्यंत श्वास सोडता येत असेल, तर 'अ'कार दोन सेकंद, 'उ'कार तीन सेकंद आणि 'म'कार पाच सेकंद म्हणावा.
- ॐकार अगदी संथ, शांत, हळुवार आवाजात म्हणावा. आवाजाची पातळी आपला आपल्याला ऐकू येईल, इतपतच असावी.

भक्त वामनाने 'ओंकार अष्टकम्'मध्ये ॐकाराचा उच्चार कसा करावा, याचं फार सुंदर मार्गदर्शन केलं आहे.

> संततं तैल धारेव। दीर्घघंटा निनादवत्।
> दीर्घम् प्रणवमुच्चार्य। गंभीरं शंखनादवत्।।

आता प्रत्यक्ष ॐकार ध्यान कसं करायचं, ते पाहू या.

- पाच-सात मिनिटं सहज बसता येईल अशा आसनात बसावं. डोळे मिटून घ्यावेत.
- ॐकाराचं आपलं आवडतं रूप डोळ्यांसमोर आणावं.
- ॐकाराचा उच्चार, स्वर, नाद, कंपनं, स्पंदनं यातून ॐकाराचा अनुभव घ्यावा.
- ॐकाराची संख्या अजिबात महत्त्वाची नाही, त्यामुळे म्हणताना कुठेही घाईघाई नको करायला!
- तीन-चार मिनिटांनी ॐकार म्हणण्याचं थांबवावं. म्हणणं थांबवल्यावरही ॐकाराचे सखोल परिणाम शरीर-मनावर होतच राहतात.
- त्यामुळे शरीर, मन, बुद्धी, भावना, विचार या सर्व स्तरांवर एक अननुभूत अशी शांतता, प्रसन्नता, स्थिरता जाणवते. मनातले विचार कमी होतात किंवा थांबतातही! या हव्याहव्याशा वाटणाऱ्या स्थितीत पुढे तीन-चार मिनिटं राहावं. मनाची ही विचाररहित अवस्था म्हणजेच ध्यान!

चांगले छंद : ध्यानाची पूर्वतयारी

ध्यानाविषयी सगळ्यांनाच खूप उत्सुकता असते. मात्र, यातल्या बहुतेक जणांच्या मनात एक अगदी मूलभूत प्रश्न असतो – 'ध्यान म्हणजे नक्की काय?' हा प्रश्न त्यांना नेहमी पडतो. याचं उत्तर आपण एका गोष्टीतून समजून घेऊ या!

पूर्वीच्या काळी राजे-महाराजे हे राजवाड्यात राहत असत. त्यांना मार्गदर्शन करणारे गुरू, ऋषिमुनी मात्र दूरवर रानावनांत, अरण्यात आश्रम बांधून राहायचे. राजाला कधी त्यांचा सल्ला, मार्गदर्शन हवं असेल तर तो स्वतः उठून ऋषींच्या आश्रमात जायचा.

एकदा एक चक्रवर्ती सम्राट आपल्या गुरूंच्या आश्रमात पहिल्यांदाच गेला होता. ध्यानविद्येच्या बाबतीत त्या गुरूंचा संपूर्ण साम्राज्यात विशेष नावलौकिक होता. राजा आश्रमात पहिल्यांदाच आला होता, त्यामुळे गुरुजी स्वतः राजाला बरोबर घेऊन आश्रमातल्या वेगवेगळ्या जागा दाखवत होते. बराच वेळ हा आश्रमदर्शनाचा कार्यक्रम चालला होता. निम्मा आश्रम फिरून झाला तरी राजाला अपेक्षित असं जे ठिकाण होतं, ते काही दिसेना! हळूहळू राजा अस्वस्थ होत चालला होता. राजाची ही चलबिचल गुरुजींच्या चाणाक्ष नजरेतून सुटली नाही. त्यांनी विचारलं, "हे राजन! तू बेचैन दिसतो आहेस. तुझ्या मनात काही खळबळ चाललेली मला दिसते आहे. तुला काही विचारायचं आहे का?"

"गुरुवर्य! आपल्या आश्रमात धनुर्विद्या, वेदाध्ययन करण्याच्या एकाहून एक सुंदर जागा पाहून मला फारच आनंद झाला आहे. क्षमा असावी! एक ठिकाण मात्र आपल्याकडून दाखवायचं राहून गेलं असावं, असं मला वाटतं. ध्यानविद्येमध्ये आपण पारंगत आहात, अशी आपली दिगंत कीर्ती आहे. तरीही, या आश्रमातलं 'ध्यान करण्याचं सुंदर स्थान' अजून आपण मला दाखवलेलं नाही का?" राजाच्या बेचैनीचं कारण ऐकून गुरुजींच्या चेहऱ्यावर स्मितहास्य पसरलं.

"राजा! तुझी शंका अगदी रास्त आहे. आश्रमामध्ये कृतीतून काही गोष्टी करायच्या, म्हणून काही जागा निर्माण केलेल्या आहेत. त्या सगळ्या मी तुला दाखवल्या. मात्र, 'शरीरानं, मनानं काहीही न करणं म्हणजे ध्यान'. मग जिथे काहीच केलं जात नाही, ती जागा मी कशी काय बरं दाखवणार तुला!"

एरवी हजारो शब्दांतूनही 'ध्यान म्हणजे काय?' हे सांगून समजलं नसतं. गुरुजींनी मात्र एका दृष्टान्तातच ते राजाला समजावून दिलं. त्या चक्रवर्ती सम्राटाला हे क्षणार्धात लक्षात आलं. आपले गुरुवर्य हे ध्यानविद्येतले महर्षी का आहेत, हेही त्यानं जाणलं. गुरुजींच्या चरणावर साष्टांग लोटांगण घालून समाधानाने राजा आपल्या राजधानीत परतला.

ही गोष्ट वाचल्यावर, 'काहीही न करणं म्हणजे ध्यान' ही ध्यानाची अगदी साधी-सोपी व्याख्या आपल्या नक्कीच लक्षात राहील. मात्र, 'काहीही न करणं' ही मन:स्थिती एकदम साधणार नाही. अगदी हळूहळू ती जमायला लागते.

एकदा एका साधकाने मला विचारलं, 'छंद जोपासणं हा ध्यानाचाच प्रकार आहे का? मला बागेला पाणी घालायला फार आवडतं. एरवी माझं मन मला पाच-दहा मिनिटंही एका जागेवर बसू देत नाही. मी बागेला पाणी घालतो तेव्हा 'सगळी झाडं पाणी

पिऊन तृप्त होत आहेत' या भावनेने माझं मन लगेच शांत होतं. असं असेल तर मग मी वेगळं ध्यान करायला हवं का?'

ध्यानाची पूर्वतयारी म्हणून सुरुवातीच्या टप्प्यात आपण आपल्या आवडत्या छंदात रममाण होऊन मनाला स्थिर, शांत ठेवायला हळूहळू शिकू शकतो.

योगाच्या भाषेतच बोलायचं झालं तर 'चांगल्या छंदात मन रमणं' हे मनाच्या सात्त्विकतेचं लक्षण आहे. ध्यानातही आपल्याला अधिकाधिक सात्त्विकतेकडेच जायचं आहे. मुळात मन शांत करण्याचा सराव नसेल, तर चांगला छंद जोपासणं हे ध्यानाची पुढची पायरी शिकण्यापूर्वी उपयोगी ठरतं. छंद जोपासल्याने मनातले विचार नक्कीच कमी होतात. यातूनच पुढे ध्यानाचे साधे-सोपे प्रकार शिकून मन पूर्णपणे शांत झाल्याचा अनुभव आपल्याला घेता येईल. त्यानंतर काही काळाने मन निर्विचार स्थितीतही जाऊ लागेल. हे सगळं विचारात घेतलं तर चांगले छंद जोपासणं उपयोगी ठरतं. एका अर्थाने ती ध्यानाची पूर्वतयारीच आहे, असं म्हणायला हरकत नाही. त्याच्या आधाराने मन काहीसं शांत करून मग ध्यानाला सुरुवात करणं हे अधिक उपयुक्त ठरू शकेल.

ध्यानासाठी आवश्यक पूर्वतयारी

'ध्यानासाठी पूर्वतयारी करायला हवी का?' असा प्रश्न अनेकांकडून सतत येत असतो. तर, ध्यानाचा अभ्यास करताना काही पूर्वतयारी केल्यामुळे ध्यानातून मिळणारा आनंद, शांततेची प्रचिती खूप वाढते.

ध्यानाला कसं बसावं?

भगवद्गीतेमध्ये थोडक्यात छान सांगितलं आहे.

> समं कायशिरोग्रीवं धारयन्नचलं स्थिरः।
> संप्रेक्ष्य नासिकाग्रं स्वं दिशश्चानवलोकयन्।।६.१३।।

शरीर समस्थितीत (पुढे-मागे-बाजूला झुकलेलं नको), डोकं मानेवर व्यवस्थित तोललेलं, दृष्टी नाकाच्या टोकावर एकाग्र ठेवावी.

आसन

ध्यानासाठी पद्मासन सर्वोत्तम समजलं जातं. मात्र, ओढूनताणून पद्मासनात बसल्यामुळे लक्ष ध्यानातल्या सूक्ष्म संवेदनांवर एकाग्र होण्याऐवजी, गुडघे-घोट्यांना रग लागून तिकडे जाऊ शकतं.

ध्यानात लक्ष शरीराकडे नसावं. ध्यानात्मक आसनामुळे झोप, पेंग, पायाला बधिरपणा येत नाही. सहजपपणे बसता येईल अशा कोणत्याही आसनात बसावं. वज्रासन, सिद्धासन, सुखासनही (साधी मांडी) चालेल.

अवयव ध्यान

आसनात बसल्यावर, शरीर शिथिल सोडावं, त्यामुळे श्वसन संथ होईल. शरीराची शिथिलता, श्वसनाची संथता अनुभवताना मनही शांत होईल. 'शरीर शिथिल, श्वसन संथ आणि मन शांत!'

हातांच्या मुद्रा

ध्यान करताना हात पुढे दिलेल्या कोणत्याही मुद्रेत ठेवावेत.

- **द्रोण मुद्रा**

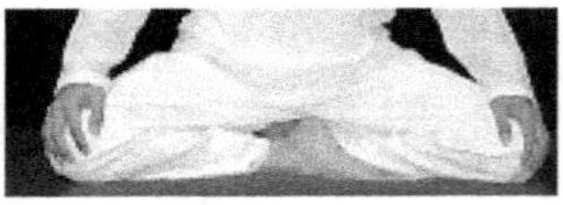

द्रोण मुद्रा

ही अगदी साधी-सोपी पद्धत आहे. हातांचे तळवे गुडघ्यांवर पालथे ठेवणे म्हणजे द्रोण मुद्रा. या स्थितीत तळव्यांना द्रोणासारखा खोलगट आकार येतो.

- **ज्ञान मुद्रा**

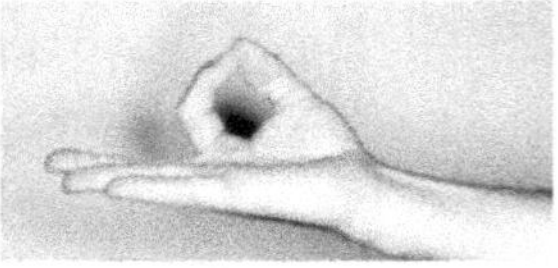

ज्ञान मुद्रा

अंगठा आणि त्याशेजारचं बोट गोलाकार वळवून, त्यांची टोकं अगदी अलगद एकमेकांना स्पर्श होतील अशी ठेवावीत. राहिलेली तीन बोटं सरळ (पण ताठरता नको) ठेवावीत. अंगठा आणि तर्जनी यांचा अगदी हलका स्पर्श होऊ द्यावा. कोणताही अतिरिक्त दाब देऊ नये. इतर तीन बोटं फार ताठ ठेवू नयेत, नाहीतर मनगटांवर ताण येतो. अननुभवी शिक्षकांकडून शिकताना हे बारकावे लक्षात न आल्याने सोप्या गोष्टी अवघड, त्रासदायक होतात.

- **ध्यान मुद्रा**

विवेकानंदांच्या चित्रात त्यांच्या हाताच्या तळव्यांची विशिष्ट स्थिती ती ध्यान मुद्रा. मनात निर्माण होणारी भावनिक आंदोलनं साधकाचं ध्यान विचलित करतात.

या मुद्रेमुळे आंदोलनं शांत होतात. डावा आणि उजवा तळहात एकमेकांवर ठेवावा. दोन्ही तळवे आकाशाच्या दिशेने ठेवावेत. दोन्ही हातांच्या अंगठ्याची टोकं एकमेकांना जुळलेली ठेवावीत.

ध्यान मुद्रा

प्राणायाम

नियमितपणे केलेला प्राणायाम ध्यानाला पूरक ठरतो. 'धारणासु च योग्यता मनसः।' असं पतंजलींचं सूत्रच आहे. प्राणायाम केल्यामुळे मनाची स्थिती ध्यानासाठी अनुकूल होते, असं पतंजलींनी सांगितलं आहे. प्राथमिक भस्त्रिका, कपालभाती, अनुलोम-विलोम असा अगदी मूलभूत प्राणायाम आठ-दहा मिनिटं करावा.

ध्यानासाठी विषय कोणता घ्यावा?

एकाग्रतेची पुढची पायरी म्हणजे एकतानता. एकतानतेच्या वरचा टप्पा म्हणजे एकरूपता. ध्यानात आपण निवडलेल्या विषयाशी एकरूप होतो. म्हणून तो विषय पवित्र, सात्त्विक, शुभ असावा. आपल्या गुरूंची, आवडत्या देवतेची मूर्ती, चित्र घेता येईल. ॐकार तर फारच उत्तम! आपल्या श्वासाची जाणीव, सुषुम्ना नाडीवरील चक्रं हे विषयही अंतर्मुखतेसाठी फार प्रभावी आहेत.

साक्षीभाव

आपण दिवसभर सतत काहीतरी कृती करत असतो. त्याकडे आपण जाणीवपूर्वक पाहत नाही. प्रत्येक कृतीकडे हळूहळू साक्षीभावाने पाहण्याची सवय जडवून घ्यावी. अशा प्रकारे पूर्वतयारी करून ध्यान केलं तर ध्यानाची परिणामकारकता नक्कीच वाढेल.

मुलांसाठी ध्यान

या पुस्तकातून आपण मोठ्यांसाठी अनेकविध ध्यानपद्धती पाहत आहोत. मुलांनी ध्यान करावं का? कसं करावं? असे अनेक प्रश्न या मुलांचे आईबाबा नेहमी विचारत असतात. म्हणून या छोट्या मित्रांसाठी एक छानसं ध्यान कसं करायचं ते आपण बघू या.

ध्यान म्हणजे 'डोळे मिटून, अजिबात हालचाल न करता, शांतपणे बराच वेळ बसणं' अशी अपेक्षा असते. आता जिथे मोठ्यांनाही हे अवघड जातं, तिथे मुलांकडून ही अपेक्षा केली तर ध्यान ही सुंदर प्रक्रिया अवघड, रूक्ष आणि तांत्रिक होईल.

'मुलं म्हणजे देवाघरची फुलं' असं आपण म्हणतो. मग या सुंदर, नाजूक, इवल्या फुलांसाठी ध्यानही छानसं निसर्गातलंच असायला हवं नाही का? अगदी छोट्या, सोप्या तंत्रांतून मुलांना निसर्गाच्या माध्यमातून ध्यानाचे अनेक प्रकार शिकवता येतात. निसर्ग हा मुलांचा अगदी जिवलग, सच्चा मित्र असतो. त्याच्या सहवासात ती रमतात, तणावरहित होतात.

बऱ्याच शाळांमध्ये मुलांकडून ध्यान करून घेताना प्रार्थना म्हणायला सांगतात. हे चांगलंच आहे. मात्र, पारंपरिक प्रार्थनेऐवजी एखादी निसर्गप्रार्थना सांगितली तर मुलं डोळ्यांसमोर निसर्गाचं लोभस रूप साकार करत आतून शांत होत जातील.

उदाहरण म्हणून पुढील एक कवितासदृश प्रार्थना मुलांना डोळे मिटून सोप्या चालीत म्हणायला सांगावी –

आम्ही आकाश बघू
आम्ही झाडं बघू
आम्ही पक्षी बघू
आम्ही पाऊस बघू (ध्रुवपद)

हे रंग, हे गंध, हे स्पर्श सारे
ज्यांनी दिले आम्ही त्याला स्मरू

तो देतो अन् देतच राहतो
तो देतो अन् देतच राहतो
देणारा तो अमुचा गुरू

'हे नाही, ते नाही' म्हणणार नाही
दुःखावरही प्रेमच करू

मुलांना निसर्गासोबत एकटं बसायला शिकवलं तर शांतता, एकांत, स्वतःचं आकलन, स्वतःचं तटस्थ निरीक्षण अशा मोठ्यांनाही अवघड वाटणाऱ्या गोष्टी ती आपोआप करायला लागतात. त्याचा सकारात्मक, सर्जनशील परिणाम हा त्यांच्या अभिव्यक्तीतूनही जाणवतो.

जे. कृष्णमूर्तींच्या शाळेतही असंच वेगळ्या प्रकारचं ध्यानशिक्षण देताना पाहायला मिळतं. या शाळेचं एक मासिक निघतं. त्या मासिकात मुलं अतिशय अर्थपूर्ण अशा कवितांमधून व्यक्त होतात. मुलांनी लिहिलेल्या कवितांमधून त्यांचं निसर्गाशी एकरूपत्व जाणवतं. कसं जाणवतं पाहा...

- वाऱ्याचा आवाज म्हणजे जणू निसर्गाचा श्वासोच्छ्वास...
- पक्ष्यांचं चिवचिवणं, पावसाच्या थेंबांचे आवाज म्हणजे जणू त्यांनी आपल्याबरोबर म्हटलेलं गाणं...

- गुलाबाची फुलं, सुंदर फुलपाखरं, डोलणारी झाडं, सुंदर पक्षी यांची वर्णनं...
- झाडं, फुलं, पाणी, खडक, पक्षी यांच्याशी मनातल्या मनात बोलायचं...

आपणही मुलांना निसर्गध्यान शिकवावं. शांतता अनुभवणं हीसुद्धा एक कलाच आहे. त्याचं शिक्षण ध्यानातून मिळतं. निसर्गाविषयी आकर्षण वाढतं. फुलांचा सुगंध, गारेगार वाऱ्याचा स्पर्श यातून मुलांना निसर्गाशी असलेलं आपलं अतूट असं नातं लक्षात आणून देता येईल. या विश्वातलं आपलं स्थान, पंचज्ञानेंद्रियांच्या आधारे निसर्गाचं ज्ञान त्यांना होत जाईल.

बऱ्याचदा असं होतं की, लौकिकार्थानं मोठ्या समजल्या जाणाऱ्या व्यक्तींच्या बाबतीत, त्यांचं सारखंच कामात व्यस्त राहणं, तास न् तास काम करणं हे आदर्श समजलं जातं. मात्र, काही वेळा हा पलायनवादही वाटू शकतो. कारण कदाचित लहानपणापासून एकटं राहणं कधी कुणी शिकवलेलंच नसतं. छोट्याछोट्या ध्यानाच्या अनुभवांतून मुलांना एकटेपणा आणि एकांत यातला फरक कळेल. स्वतःच्या भावना, विचार यांना सामोरं जाण्याचं शिक्षण मिळेल.

मुलांसाठी एकटंच फिरायला जाणं, झाडाखाली नुसतं बसणं हेही ध्यान आहे. ते एक प्रकारे शांततेचं शिक्षण आहे. नाहीतर मग नुसतंच सतत हातात पुस्तक धरून बसणं, मित्रांसोबत अर्थहीन बडबड करत राहणं अशा सवयी लागतात.

अधूनमधून अगदी एकटं बसावं, झाडाचं पान अलगद पडताना पाहावं, पाण्याच्या लाटांचा संवाद ऐकावा, पक्ष्यांचं निर्भर उडणं पाहत राहावं. यातूनच त्यांना आपल्या मनाच्या आकाशातल्या हालचाली कळतील. आपले विचार कसे फुलपाखरांसारखे एकमेकांचा पाठलाग करताहेत, एकमेकांशी खेळताहेत ते समजेल. अशा पद्धतीनं शिकवलं तर एरवी अवघड वाटणारं ध्यान खूप सहज-सोपं, सुंदर वाटेल. मुलांना ध्यान शिकवताना आपण स्वतःही नक्कीच ते करू या!

विद्यार्थ्यांसाठी ध्यान

आपली मुलं ही नुसती अभ्यासात पुढे असून चालणार नाही. ती छान शहाणी, सर्वार्थाने हुशार व्हावीत, अशी सर्वच आईवडिलांची मनापासून इच्छा असते. त्यासाठी त्यांचे सगळे प्रयत्न आणि धडपडही सुरू असते. खरोखरच विद्यार्थिदशा मुलांच्या सर्वांगीण विकासाच्या दृष्टीने अतिशय महत्त्वाची आहे.

पालकांच्या मनातली ही इच्छा प्रत्यक्षात उतरावी, यासाठी मग मोठमोठाल्या फिया भरून वेगवेगळे क्लासेस लावले जातात. क्रिकेट, टेनिस, बॅडमिंटनचं महागडं कोचिंगही सुरू होतं. शरीर-मनाच्या विकसनासाठी हे सगळे मार्ग उत्तम आहेत, यात काही शंका नाही. मात्र, या सगळ्या धांदलीत आपल्या भारतीय प्राचीन परंपरेने सांगितलेली योगाची सर्वोत्कृष्ट अशी वाट दुर्लक्षित होताना दिसते.

ध्यानामुळे विद्यार्थ्यांच्या स्मरणशक्तीत, बुद्धिमत्तेत निश्चितपणे वाढ होते; हे अनेक शैक्षणिक संस्थांमध्ये झालेल्या निरीक्षणातून समोर आलं आहे. 'योगिक ध्यानामुळे मुलांच्या बुद्धिमत्तेची प्रत खरंच सुधारते का?' यासंबंधी काही वर्षांपूर्वी नेदरलँडमध्ये एक वर्षभर प्रयोग केला गेला. वर्षभरानंतर 'ध्यान करणारा गट आणि न करणारा गट' यांची बुद्धिमापन चाचणी घेण्यात आली. त्यात नित्यनेमाने ध्यान करणाऱ्या मुलांच्या बुद्धिमत्तेत लक्षणीय वाढ झालेली दिसली. अर्थात, हे एक उदाहरण झालं. अशा पद्धतीने शास्त्रशुद्ध रीतीने केलेला अभ्यास अशाच प्रकारच्या परिणामांकडे बोट दाखवतो.

आकड्यांच्याच भाषेत बोलायचं झालं तर वाढीची ही टक्केवारी कशी होती, तेही पाहू या. एकूण विद्यार्थ्यांपैकी सर्वसाधारण विद्यार्थ्यांच्या बुद्धिमत्तेत ही वाढ १० टक्के इतकी होती; तर योगिक ध्यान करणाऱ्या विद्यार्थ्यांत हेच वाढीचं प्रमाण तब्बल २८ टक्के इतकं जास्त होतं. 'हवाई' विद्यापीठातले विद्यार्थी या संशोधनासाठी निवडलेले होते.

याच धर्तीवर, अमेरिकेतल्या अनेक विद्यापीठांतही असेच प्रयोग करण्यात आले. सखोल संशोधन केल्यावर 'ध्यानानंतर त्या विद्यार्थ्यांची सर्वसाधारण श्रेणी पुष्कळच सुधारली आहे' असं निरीक्षण या प्रयोगातून नोंदवलं गेलं.

सत्र सुरू होण्यापूर्वी या निवडक विद्यार्थ्यांची श्रेणी, प्रत यांची कसून परीक्षा घेण्यात आली. त्याबरोबर त्यांचा अभ्यासाच्या बाबतीतला पूर्वेतिहासही तपासला गेला. अमेरिकेतल्या विद्यापीठांतल्या विद्यार्थ्यांचा 'श्रेणी बिंदू' हा ध्यानाला सुरुवात करण्यापूर्वी 'उणे २' होता. वर्षभराच्या योगिक ध्यानसाधनेनंतर तो 'अधिक ३०४' इतका झाला.

या संशोधनाचं आणखीही वैशिष्ट्य आहे. या संशोधनातल्या सहभागी विद्यार्थ्यांच्या जडणघडणीचा मागोवा पुढेही काही वर्षं घेतला गेला. तेव्हा असं लक्षात आलं, की याच विद्यार्थ्यांपैकी काही जण पुढच्या आयुष्यात आदर्श योगशिक्षकही झाले. या संशोधनाचा अभ्यास असंही दर्शवतो की, ध्यानार्थी विद्यार्थ्यांची स्मरणशक्ती वाढते. त्यांचा अभ्यास हा इतर विद्यार्थ्यांपेक्षा फार जलद गतीने होतो; त्याचबरोबर अवघड, महत्त्वपूर्ण प्रश्न सोडवण्यात त्यांची गती जास्त

असते. यावरून निश्चितपणे असा एक निष्कर्ष निघतो, की ध्यानामुळे त्यांची स्मरणशक्ती तर सुधारतेच; त्याच्या जोडीला शैक्षणिक सामर्थ्यही वाढीला लागतं.

याबाबतचे आकडे असे आहेत :
एखाद्या विद्यार्थ्याने ध्यानाचा अभ्यास सुरू केल्यावर दोन वर्षांनी त्याच्या अल्पकालिक स्मरणशक्तीचं प्रमाण ७० असतं. दीर्घ काळाने ते ५५पर्यंत खाली येतं. तौलनिकदृष्ट्या पाहायचं झालं तर ध्यान न करणाऱ्या इतर विद्यार्थ्यांच्या बाबतीत हेच अल्पकालिक स्मरणशक्तीचं प्रमाण ३५ इतकंच असतं. ते दीर्घ काळानंतर साधारण ३१ ते ३२ असतं.

हे सगळं वाचल्यावर नक्कीच मनात एक प्रश्न निर्माण होईल. विद्यार्थ्यांनी हे ध्यान नक्की कशा प्रकारे करावं?
शाळा, महाविद्यालयं, विद्यापीठांनी पुढील सोपे ध्यानप्रकार विद्यार्थ्यांकडून करून घ्यावेत :

- ॐकार म्हणणे
- भ्रामरी करणे
- डोळे मिटून काही मिनिटं शांत बसणे
- एखाद्या देवतेच्या मूर्तीसमोर बसून श्लोक किंवा स्तोत्र म्हणणे
- भव्य डोंगर, निळं आकाश, समुद्र, शांत तळं अशा रम्य ठिकाणी मुलांना नेऊन निसर्गाशी एकरूप व्हायला शिकवणे

अशा साध्या ध्यानपद्धतींमुळे विद्यार्थ्यांचं मन शांत व्हायला नक्कीच मदत होते. एकाग्रता सुधारते, तणावाचा सामना करण्यासाठी सामर्थ्य मिळतं. कुठल्याही अनपेक्षित किंवा अनिष्ट आव्हानांना सामोरं जाण्याची क्षमता निर्माण होते. नियमित ध्यानाची एकदा सवय झाली की विद्यार्थ्यांना मनावर नियंत्रण मिळवणं सोपं होतं.

विवेकानंदांना अपेक्षित तेजस्वी, प्रतिभावान तरुण अशा ध्यानसाधक विद्यार्थ्यांमधूनच घडतील... आणि हेच तरुण पुढे जाऊन जगाला भारताची ‘सर्वांगीण विकसित राष्ट्र’ म्हणून ओळख करून देतील!

साक्षीत्व ध्यान

योगासनांपैकी सगळ्यांत सोपं आसन कुठलं? असा प्रश्न कुणालाही विचारला तर क्षणाचाही विचार न करता 'शवासन' असं उत्तर येतं! दिसायला खूप सोपं वाटणारं हे आसन खऱ्या अर्थाने जमायला फार अवघड आहे. साक्षीत्व ध्यानाचंही अगदी तसंच आहे.

'मनातल्या विचारांकडे अलिप्तपणे पाहणं म्हणजे साक्षीत्व ध्यान' अशी एका वाक्यात संपणारी ही व्याख्या आहे. प्रत्यक्षात मात्र हे साक्षीत्व काही सेकंद टिकवणंदेखील फार अवघड वाटतं. असं असलं तरी प्रक्रिया नीट समजून घेऊन दररोज न कंटाळता करत राहिलं तर सगळ्या ध्यानप्रकारात करायला सोपं म्हणजे 'साक्षीत्व ध्यान' आहे. ते कसं करायचं हे पाहण्याआधीच काही गोष्टींचं स्पष्टीकरण करून घेणं गरजेचं आहे.

मन म्हणजे काय? या प्रश्नाचं उत्तर शोधण्याचा प्रयत्न हजारो वर्षांपासून सुरू आहे. आपल्या आवतीभोवती वेगवेगळ्या घटना, प्रसंग घडत असतात. हे सगळे प्रसंग, व्यक्ती यांच्याविषयी प्रतिसाद, प्रतीक्रिया, पडसाद आपल्या आत उमटतात. त्यांना विचार, वृत्ती, भावना, तरंग असं म्हणतात. या विचारांचा एक अखंड ओघ, प्रवाह आपल्या आत सुरू आहे. या संततधार प्रवाहालाच आपण मन असं म्हणू या. या प्रवाहाकडे, म्हणजेच मनाकडे आपण पाहत राहणार आहोत. आता मनाकडे पाहायचं, म्हणजे नक्की कुठे पाहायचं? या ध्यानापुरतं 'माझं मन भ्रूमध्यापाशी आहे' असं लक्षात ठेवू या.

'साक्षीत्व ध्यान' प्रत्यक्ष कसं करायचं, ते पाहू या.

आपल्याला साधारण दहा-बारा मिनिटं एका जागी सहजपणे बसता येईल अशा स्थितीत बसावं. डोळे मिटलेले ठेवावेत. शरीर शिथिल, श्वसन संथ, आणि मन शांत अशी स्थिती धारण करण्याचा प्रयत्न करावा.

- **ध्यानाचा पहिला टप्पा : शरीराचं स्थिरीकरण**

या ध्यानाचा पहिला टप्पा म्हणजे 'शरीराचं स्थिरीकरण'. ध्यान करताना शरीरच स्थिर नसेल तर मन स्थिर होणं अवघड वाटतं. शरीर स्थिर व्हावं यासाठी आपली अंतर्दृष्टी ही पाठीच्या कण्याकडे ठेवावी. कसा आहे हा कणा? तेहतीस मणक्यांची ही साखळी आहे. लहानपणी आपण लगोरीचा खेळ खेळायचो. त्यात लाकडी दांड्याभोवती चकत्या रचलेल्या असायच्या. काहीशी तशीच या कण्याची रचना आहे. हा कणा आता आपल्याला अगदी स्थिर आणि सरळ ठेवायचा आहे. (सहजपणे, 'सरळ' ठेवावा, 'ताठ' नाही. काही जण तो ताठ ठेवायला जातात, आणि मग पाठ भरून आल्याने लक्ष तिकडेच जात राहतं.)

- **दुसरा टप्पा : विचारांकडे पाहणं**

आता आपलं लक्ष पाठीच्या कण्यावरून काढून भ्रूमध्याच्या इथे आणावं. माझं मन तिथे आहे, आणि मनात येणाऱ्या विचारांकडे मी पाहणार आहे, अशी भूमिका घ्यावी.

मनात वेगवेगळे विचार येत राहतील. ते येऊ द्या, त्यांना अडवू नका. मनात आलेल्या विचारांना मुद्दाम बाजूला सारायचं नाही. मात्र, त्या विचारांवर विचारही करायचा नाही. या विचारांकडे तटस्थपणे पाहता-पाहता आपल्याला विचारातीत (विचारांच्या पलीकडे) व्हायचं आहे. आपल्या विचारांकडे केवळ शांतपणे पाहायचं आहे.

साक्षीत्व ध्यानात काय होतं? आपण स्वस्थ, शांत, स्वेच्छेने बसलेले असतो. कदाचित समोर भूतकाळ उलगडायला लागतो. वाटतं, किती हे विचार... प्रत्यक्ष

काम करतानासुद्धा एवढे विचार येत नाहीत. हे मन लेकाचं चौफेर भटकतंय, चौखूर उधळतंय की काय!

काळजी करू नका! हा अनुभव सगळ्यांनाच येतो. एरवी काम करताना मनाकडे लक्ष द्यायला वावच नसतो. त्यामुळे मन हिंडत असलं तरी लक्षात येत नाही. हिंडायला लागलंच, तरी एक टप्पू देऊन आपण त्याला लगेचच कामाच्या ठिकाणी आणतो ना!

मग अशा वेळी काय करायचं बरं...! जे जे काही समोर येतंय, त्याकडे नुसतं पाहत राहायचं. 'याच्याकडे मी पाहणार नाही', असं म्हणायचं नाही. मात्र, जे दिसत आहे त्याविषयी राग-लोभ अशा कुठल्या प्रतीक्रियाही द्यायच्या नाहीत. चांगलं-वाईट असं त्या विचारांना कुठलं लेबलही लावायचं नाही.

असं दररोज, न कंटाळता थोडाथोडा वेळ बसत राहिलं की आपल्याला ध्यानाची सवय लागते, आवड निर्माण होते. हळूहळू मनात येणाऱ्या विचारांची संख्या आणि गती कमी व्हायला लागते. कधीतरी एक क्षण असा येतो, की मनात एकही विचार नाही. मनाची ही स्थिती अतिशय आनंददायक असते.

उदरभरण नोहे। जाणिजे ‘ध्यान’कर्म।।

ध्यान हे अगदी रोजच्या सोप्या क्रियांमधूनही घडू शकतं. खरंतर ध्यान आणि आपलं रोजचं आयुष्य या वेगळ्या गोष्टी नाहीतच; हे ज्याला जितकं लवकर समजेल तितका तो लवकर ध्यान शिकेल. बऱ्याच वेळेला आपण करत असलेल्या खूप छोट्याछोट्या गोष्टी म्हणजे एक प्रकारचं ध्यानच असतं. मात्र, त्या गोष्टी आपल्या सवयीच्या झालेल्या असल्यामुळे त्यातून शांतता मिळते, हे लक्षातही येत नाही! हे अनुभवायचं असेल तर हे उदरभरण ध्यान करायलाच हवं.

कसं करायचं हे ध्यान?

हे ध्यान करायचं म्हणजे वेगळी अशी कुठलीच कृती करायची नाहीये. जेवायला बसताना आपण शांतचित्त आहोत का, याकडे लक्ष ठेवायचं. प्रत्येक घास हा ‘अन्न हे पूर्णब्रह्म’अशी पवित्र भावना मनात ठेवून खायचा. सलग ३० दिवस अशा प्रकारे अन्न चावून जेवायचं. ते पातळ, बारीक होईपर्यंत आतमध्ये गिळू नका. ‘प्रत्येक घास ३२ वेळा चावा’ हे खरंतर आम्हांला लहानपणीच शिकवलेलं आहे. मग यात नवीन ते काय; असा प्रश्न मनात येईल. हो ना? पण लहानपणी शिकूनही आपण ते प्रत्यक्षात उतरवलेलं नाही हीच तर खरी गंमत आहे.

आता जेवताना केलेला हा बदल खरंच काही परिणाम घडवतोय का? त्यासाठी, ३० दिवस, २४ तास स्वतःच्या वागण्यावर लक्ष ठेवा. हे ध्यान करताकरता नक्कीच आपल्या स्वभावातले काही बदल आपल्या लक्षात यायला

लागतील. मुख्य म्हणजे, असं लक्षात येईल की, स्वभावातली हिंसकता हळूहळू कमी होते आहे! कदाचित ३० दिवसांनंतर थक्क व्हायला होईल इतका बदल आपल्यालाच आपल्यात दिसून येईल!

या ध्यानाचा हा परिणाम म्हणजे खरंच एक सत्य आहे का, की आपण आपल्या मनाची घातलेली ती एक समजूत आहे? याची शास्त्रीयदृष्ट्या सिद्ध झालेली बाजू काय आहे?

डॉ. फ्रिट्झ पर्ल्स यांचं ३० वर्षांचं संशोधन

डॉ. फ्रिट्झ पर्ल्स हे अमेरिकेतले एक प्रसिद्ध मानसशास्त्रज्ञ आहेत. आपण कधी विचारही केला नसेल अशा छोट्याशाच कृतीवर त्यांनी आयुष्यभर सातत्याने प्रयोग केले. ते म्हणतात, 'जो माणूस अन्न नीट चावून जेवत नाही, त्याचं आयुष्य अधिक हिंसेनं भरलेलं असेल. याउलट, जी व्यक्ती प्रत्येक घास व्यवस्थित चावून जेवत असेल ती कमी हिंसक असेल.'

दिसायला वरकरणी किती विचित्र वाटते ना, ही बाब! चावून खाणं आणि हिंसा यांचा खरंतर काय संबंध असू शकतो? डॉ. पर्ल्स यांनी थोडीथोडकी नाही, तर तब्बल ३० वर्षं अथकपणे संशोधन करून हा शोध लावला आहे.

> 'बहुतेक सगळेच जंगली प्राणी हे हिंसा करतात. ही हिंसा ते दातांनी करतात. माणसाचा हिंसकपणाही दातांमध्ये केंद्रित असतो. मात्र, आपल्या आहारात प्रामुख्याने शाकाहारी पदार्थ असतात. ते चावताना एवढी हिंसा निर्माण होत नाही. त्यामुळे दातांमध्ये केंद्रित असलेली अव्यक्त हिंसा संपूर्ण शरीरभर पसरते.'

डॉ. पर्ल्स यांनी अनेक वर्षं हिंसक प्रवृत्तीच्या व्यक्ती, हिंसा केल्याशिवाय राहूच शकत नव्हते असे वेडे रुग्ण, तोडफोड करण्याशिवाय जगू न शकणारे आक्रमक लोक, अशा वेगवेगळ्या समस्या असलेल्या लोकांना जेवण नीट चावून खायला शिकवलं. काही महिन्यांच्या प्रयोगानंतर लक्षात आलं की, यातल्या जवळपास सगळ्यांचीच हिंसक प्रवृत्ती नष्ट झाली होती. 'दात, हिंसा आणि माणसाचं व्यक्तिमत्त्व' यावर शास्त्रीयदृष्ट्या संशोधन करून हे वैज्ञानिक पातळीवर सिद्ध झालं. पुढे त्यांनी *अहंकार, भूक आणि आक्रमकता* असं पुस्तकही लिहिलं, जे जगभर गाजलं.

या संबंधात आणखी एक छोटा प्रयोग नक्कीच करून बघायला हरकत नाही! काय आहे बरं हा प्रयोग...!

जेव्हा आपल्याला खूप राग आला आहे असं वाटतं ना, तेव्हा टेबलाखाली दोन्ही हात घट्ट बांधून नखं आतमध्ये जोरात दाबावीत. पाच वेळा मुठी जोरात आतमध्ये खेचा आणि उघडा.

हे केल्यावर रागवायची शक्तीच उरत नाही! नखं आणि दात हे हिंसाप्रधान अवयव आहेत. प्राणी नखांनी, दातांनी हिंसा करतात. त्यामानाने माणसाचे दात आणि नखं कमजोर असतात; त्यामुळेच तर त्याने विविध हत्यारांचा शोध लावला. त्या हत्यारांचाच त्याने दात आणि नखं समजून वापर केला. माणसाने बनवलेली करवत, कुऱ्हाड, पक्कड अशी कुठलीही हत्यारं नीट बघितली, तर ती दात किंवा नखांचीच विस्तृत रूपं आहेत हे 'ध्याना'त येतं!

ओशो रजनीश नेहमीच आपल्या शिष्यांना हे 'भोजन ध्यान' करायला सांगत. 'चालताबोलता सहज घडे ध्यान' असं योगतज्ज्ञ नेहमीच सांगतात. 'वर्तमानात राहणं म्हणजे ध्यान' अशी सोपी सुटसुटीत व्याख्याही आहे. अन्नचर्वणासारख्या छोट्याछोट्या क्रिया जाणीवपूर्वक करायला शिकलं तर सगळी दैनंदिनीच ध्यानमय होऊन जाईल.

समर्थ रामदास स्वामींनी अन्नाला, अन्नग्रहणाला किती महत्त्व दिलं आहे हे आपल्याला पुढील श्लोकावरून लक्षात येतं!

वदनी कवळ घेता नाम घ्या श्री हरीचे।
सहज हवन होते नाम घेता फुकाचे।
जीवन करी जीवित्वा अन्न हे पूर्णब्रह्म।
उदरभरण नोहे जाणिजे यज्ञकर्म।।
जय जय रघुवीर समर्थ।

जेवणापूर्वी हा श्लोक म्हणावा अशी परंपरा पूर्वापार चालत आली आहे. याच धर्तीवर 'उदरभरण नोहे। जाणिजे 'ध्यान'कर्म।।' असं म्हटलं तर दररोज दोनदा जेवताना अर्धा-अर्धा तास ध्यान घडायला लागेल!

ध्यान करू या चालता-चालता!

ध्यान म्हटलं की डोळे मिटून, एका जागी, विशिष्ट आसनात बसून ते करायचं असतं, हेच आपल्याला माहीत आहे. 'चालता-चालताही ध्यान करता येतं' यावर कदाचित आपला विश्वासच बसणार नाही. मात्र, या प्रकाराला शास्त्रीय आधार आहे. शरीर-मनासाठी त्याचे विशिष्ट फायदेही आहेत.

अमेरिकेतल्या 'कॅलिफोर्निया युनिव्हर्सिटी'मध्ये 'द ग्रेटर गुड सायन्स सेंटर' हे अभ्यासकेंद्र आहे. 'माणसाचा खरा आनंद कशात आहे' या विषयावर तिथे शास्त्रशुद्ध पद्धतीने संशोधन सुरू आहे. कबात-झिन या अमेरिकन प्राध्यापकाने 'माइंडफुलनेस' या संकल्पनेची परिपूर्ण अशी व्याख्या केली आहे. माइंडफुलनेस म्हणजे लक्ष देऊन, हेतुपुरस्सर, वर्तमान क्षणात, निर्विकारपणे निर्माण होणारी जागरूकता. कॅलिफोर्नियातल्या सायन्स सेंटरचं संशोधन आणि माइंडफुलनेसची व्याख्या यानुसार, 'चालणं' या ध्यानपद्धतीतून निखळ, निर्भेळ आनंद मिळू शकतो.

नक्की काय आहे बरं हे मजेशीर वाटणारं 'चालणं ध्यान'!

या प्रक्रियेत अगदी हळुवार, मंद गतीनं चालायचं असतं. चालता-चालता वळणं, पावलं उचलणं, ती जमिनीवर ठेवणं, पावलाला होणारा जमिनीचा स्पर्श, चालताना शरीराला पुढे नेणं हे सर्व एरवी आपण किती सहजपणे करत असतो. फक्त आपलं त्याच्याकडे लक्ष नसतं इतकंच! वॉकिंग मेडिटेशनमध्ये या सर्व छोट्याछोट्या क्रियांकडे अगदी सजगतेनं बघितलं जातं. खरंतर आपण रोज

उठल्यापासून झोपेपर्यंत चालत असतो. पण त्या चालण्याकडे आपण नीट पाहत नसतो. आपण चालण्याबद्दल अजिबात सजग नसतो.

पौर्वात्य आणि पाश्चिमात्य देशांतला दृष्टिकोन

पाश्चिमात्य देशांत 'वॉकिंग मेडिटेशन' या प्रकाराला अक्षरशः अफाट प्रसिद्धी मिळाली आहे. आपल्याकडे कुठलंही ध्यान हे मनःशांतीसाठी करतात. ही विदेशी

मंडळी मात्र मनःशांतीपेक्षाही 'शरीराचा फिटनेस' राखण्यासाठी या ध्यानधारणेच्या पद्धतीचा अवलंब करतात.

'चालणं' ध्यान करताना घ्यायची काळजी

हे ध्यान करायला सोपं असलं तरी काही गोष्टींची काळजी घ्यावी लागते. हे चालणं अगदी शांत जागेत करावं. वर्दळीच्या रस्त्यावर किंवा फुटपाथवर नको! चालताना शरीर आणि मन शांत आणि आरामदायक स्थितीत असायला हवं. कुणीही आपल्या या चालण्यात व्यत्यय आणणार नाही, आणि काही पावलं आपण सरळ चालू शकू अशी जागा असावी.

प्रत्यक्ष ध्यान प्रक्रिया

- सुरुवातीला काही दीर्घ श्वास घ्यावेत आणि सोडावेत. अगदी हळूहळू साधारण १५ पावलं चालावीत.

- नंतर परत शक्य तेवढा खोलवर दीर्घ श्वास घ्यावा आणि मागे वळून जिथून चालायला सुरुवात केली तिथपर्यंत त्याच मंद गतीनं चालत यावं.
- मूळ जागी आल्यानंतर पुन्हा दीर्घ श्वास घ्यावा आणि सोडावा.
- हे करताना प्रत्येक पाऊल हळुवार टाकावं. दीर्घ श्वसनही हळुवार करावं.
- पाऊल टाकणं, वळणं, श्वास घेणं - बाहेर टाकणं; या सगळ्याचा खोलवर अनुभव घ्यावा. छोट्यात छोट्या प्रत्येक प्रक्रियेचा अनुभव घ्यायला हवा.
- या सर्व प्रक्रियेत मनात विचार येऊ-जाऊ द्यावे. त्यांना अडवू नये.
  अशा प्रकारे साधारण १५ मिनिटं तरी हे 'चालणं ध्यान' करावं.

या ध्यानाचे परिणाम :
- शरीर आणि मनाला आराम मिळतो. मनाची एकाग्रता वाढते.
- शरीर अधिक समतोल राहायला लागतं. (कायनेस्थेटिक इंटेलिजन्समध्ये सुधारणा)
- प्रत्येक क्रियेवर लक्ष केंद्रित केल्याने शरीराबद्दलची सजगता वाढते.
- पचन सुधारतं. चयापचय क्रिया व्यवस्थित होऊ लागते.
- शरीर आणि मनाला विशेष ऊर्जा मिळते.
- मनावरचे ताणतणाव निवळतात.

कवी गोस्वामी तुलसीदास परमेश्वराला आळवत असताना अचानक प्रभू श्री रामचंद्रांचं दर्शन घडलं. बालक रामाचं चालणं, त्याच्या पायातल्या इवल्याइवल्या नाजूकशा पैंजणांचा मधुर नाद यावर ते ध्यान करू लागले. या अलौकिक अशा ध्यानावस्थेत त्यांना एक काव्य स्फुरलं –

|| ठुमक चलत रामचंद्र बाजत पैंजनियाँ ||

श्रीरामाच्या चालण्यावर ध्यान करताना तुलसीदासजींची प्रतिभा जागृत झाली. आपल्यालाही कदाचित हे खूप आगळंवेगळं असं 'वॉकिंग मेडिटेशन' करून मनाची उच्च पातळी नक्कीच अनुभवता येईल!

कृतज्ञता ध्यान

संध्याकाळी सातची वेळ. सायली आणि सोहमची जोडी माझ्या योगसंस्थेत सल्ल्यासाठी आली होती. सोहम आणि सायली हे आयटी क्षेत्रात काम करणारं एक छान तरुण जोडपं. या क्षणाला मात्र दोघांच्याही चेहऱ्यावरचा ताण अगदी स्पष्ट दिसत होता. वास्तविक, दोघंही खोलीत शिरले तेव्हा हा ताण खूपच होता. अतिशय भावनाप्रधान असलेल्या सायलीच्या डोळ्यांच्या कडा किंचित पाणवलेल्याही दिसल्या. 'बरीच काहीतरी गडबड झालेली दिसतेय' मी मनाशीच म्हणालो. 'हं... काय सायलीबाई, कशा आहात?' काहीसं अवघडलेलं वातावरण सैलसर करावं म्हणून मी हसत-हसत विचारलं. काही वर्षांपूर्वी आईचं बोट पकडून एक छोटीशी, गोंडस, ढब्बू मुलगी माझ्याकडे आसनं शिकायला आली होती. तो दिवस आठवला. मी असं विचारताच इतर काही बोलणं सुरू होण्याआधीच त्यांचा तणाव बराच कमी झाला आहे, असं माझ्या लक्षात आलं.

सायलीने एक खोल श्वास घेऊन सुस्कारा सोडला. 'सर, आमची सगळी स्टोरी तुम्हांला सांगणार आहे. तुम्ही नक्कीच काही मार्ग दाखवाल. बारावीच्या वर्षात योगनिद्रेच्या सरावातून माझा आत्मविश्वास तुम्ही परत मिळवून दिला होतात ना... अगदी तस्साच!'

सायली आणि सोहम दोघंही संगणकतज्ज्ञ. अगदी तरुण वयातच दोघांनाही उत्तम पगार, नामवंत कंपन्यामध्ये नोकरी मिळवलेली छानशी जोडी! लग्नानंतर सुरुवातीची काही वर्षं खूप मजेत भुर्रदिशी कशी उडून गेली कळलंच नाही.

मात्र, दररोज १२-१३ तास काम, सतत विदेश दौरे, जागरणं, बाहेरचं खाणं यामुळे शारीरिक त्रास सुरू झाले. त्यातूनच पुढे मग मानसिक ताणतणावातून आलेलं नैराश्य!

सगळं ऐकल्यावर मी त्यांना नियमितपणे काही दिवस यायला सांगितलं. दोघंही मार्गदर्शनाखाली थोडी योगासनं, प्राणायाम, ध्यान करायला लागले. दोन-तीन महिन्यांत सगळे त्रास हळूहळू कमी होत गेले. या सगळ्यांत त्यांना जास्त आवडलं, उपयोगी पडलं ते मात्र कृतज्ञता ध्यान! हे कृतज्ञता ध्यान कसं करायचं ते आपण पाहू या.

- अगदी सहज स्थितीत पाठीवर झोपावं.
- एक दीर्घ श्वास घेऊन अगदी सावकाश सोडावा.
- मनात प्रार्थनात्मक कृतज्ञतेचे भाव जागृत करावे.

|| मनुष्यत्वं मुमुक्षुत्वं महापुरुषसंश्रयः॥ ||

माणसाचा जन्म हा मोठ्या भाग्याने, ईश्वरी कृपेने मिळतो, असं एका सुभाषितात सांगितलेलं आहे. चौऱ्यांशी लाख योनीतून फिरून आल्यावर माणसाचा देह लाभतो, असं योगाच्या प्राचीन ग्रंथातही म्हटलेलं आहे. एक विशिष्ट शक्ती किंवा सूत्र हे सगळं जग चालवतं, हे 'नासा' संस्थेनेही मान्य केलं आहे. त्या शक्तीने आपल्याला इतका सुंदर, परिपूर्ण असा मनुष्यजन्म दिला, त्याबद्दल प्रथम त्या ईश्वराप्रति मनोमन कृतज्ञ व्हावं.

आत्ता या क्षणी मी जिवंत आहे तो केवळ तुझ्यामुळे... रोज झोपल्यावर सकाळी जाग येणं माझ्या हातात नाही, ते तुझ्यामुळे घडतं... माझं आरोग्य

उत्तम आहे... किरकोळ त्रास आहेत तेही निघून जातील... निरामय आरोग्याच्या पातळीवर मी जीवनाचा पुरेपूर आनंद घेत आहे.

माझी पंच ज्ञानेंद्रियं... डोळे, कान, नाक, जीभ, त्वचा सक्षम आहेत. सुंदर वास, रुचकर चव, नादमधुर संगीत, मनोहारी निसर्ग... हे स्वर्गीय सुख मी या ज्ञानेंद्रियांमुळे अनुभवू शकतो... शरीरातला समतोल, संवेदना, दाब, तापमान क्षणोक्षणी मला जाणवतं.

अनेक भौतिक सुखं माझ्यासमोर हात जोडून उभी आहेत... छोटंसंच; पण सदैव माया, ममता, प्रेमाची छाया देणारं घर... सूर्य मावळला की दिव्यांनी हे घर लख्ख उजळून निघतं... कुठे जायचं तर आरामात पोहोचवणारी दुचाकी दारात आहे... मिठाई, चमचमीत, आंबटगोड पदार्थ, गरमगार पेयं म्हणावी तेव्हा, म्हणाल तितकी माझ्या टेबलवर, फ्रीजमध्ये दिसत आहेत... कमी पडलीच तर आजूबाजूला दुकानं, हॉटेलची रेलचेल आहे.

दोन धडधाकट हात मला मिळाले आहेत... मजबूत पायांची जोडी लाभली आहे. माझं हृदय लयबद्ध-तालबद्ध ठोके देत आहे... मेंदू निरोगी आहे, स्मरणशक्ती उत्तम आहे... एकाच वेळी अनेक कामं करण्याची अफाट क्षमता त्याच्याकडे आहे.

माझ्या आयुष्यात आलेली सगळी माणसं... संस्कार करणारी वडीलधारी मंडळी, घडवणारे शिक्षक, आईच्या मायेचा स्पर्श, प्रेमळ नातेवाइकांची ऊब, जिवाला जीव देणारे मित्र, मदतीला धावून येणारे शेजारी, माझं आयुष्य सुखी व्हावं म्हणून सदैव कार्यरत असणारे कर्मचारी, सणावारालाही न चुकता येऊन घर-परिसर चकचकीत ठेवणाऱ्या स्वच्छता कामगारांपासून ते बँकेतल्या कारकुनापर्यंत....

हे दयाघना! किती-किती दिलं आहेस तू मला. या सगळ्यांबद्दल पूर्णपणे कृतज्ञ आहे मी तुझा आणि या सगळ्यांचा!

हे ध्यान करताना आपल्या जीवनात घडणारे प्रसंग, व्यक्ती, मिळणाऱ्या संधी आणि सुखसोयी या सगळ्यांचं स्मरण तर घडतंच; त्या जोडीला हे ज्याच्यामुळे मिळतं आहे त्या ईश्वरी शक्तीबद्दल अपार कृतज्ञता व्यक्त करताना मनही खूप हलकं होऊन जातं. एका निखळ, निर्भेळ आनंदाच्या पातळीवर आपण जगायला लागतो.

दीप ध्यान

असंख्य जीवांना योगमार्गावर आणून तनामनाला विश्रांती बहाल करणारी एक योगसंस्था. नेहमीप्रमाणे तिथे योगवर्ग सुरू होता. दिवाळी अगदी जवळ आली होती. आज साधकांच्या चेहऱ्यावर काहीसा थकवा, दमणूक गुरुजींना जाणवली. एकीकडे, येऊ घातलेल्या दिवाळीचा उत्साह मनाला उभारी देत होता; त्याच वेळी, दिवाळीच्या सुट्टीपूर्वी भराभर कामं उरकताना शरीर-मनाची दमछाकही होत होती. वर्गातल्या जवळपास सर्वच साधकांची ही अवस्था गुरुजींना जाणवली.

ते म्हणाले, ''मित्रांनो, आज आपण 'दीप ध्यान' घेऊ या! सगळ्यांनी शांतपणे डोळे मिटा बरं.. आणि आता फक्त माझ्या बोलण्यावर पूर्ण लक्ष केंद्रित करा!

''भारतीय परंपरेत दिव्याचं महत्त्व अनन्यसाधारण आहे. दीप म्हणजे सात्त्विक, सोज्वळ, पवित्र तेजाचं प्रतीक! योगशास्त्रातही आपण त्राटक ध्यान, सूर्याच्या तेजाचं ध्यान, ज्योती ध्यान करतो. तसंच हे दीप ध्यान आज आपण करणार आहोत.''

ज्येष्ठ, दीर्घानुभवी, आंतरराष्ट्रीय ख्यातीच्या त्या योगतज्ज्ञांचा हळुवार आवाज आता अगदी अलवारपणे साधकांच्या मनाची पकड घेऊ लागला होता.

गुरुजी पुढे बोलू लागले...

आता मी शरीराच्या एकेका भागाचं नाव घेणार आहे.

त्या-त्या भागात एक छोटासा दिवा लागला आहे, अशी कल्पना करा!

शरीर हलवू नका!

मनाशी बोलू नका!

फक्त माझ्या आवाजाकडे लक्ष द्या.

एक छोटासा दिवा तुमच्या उजव्या हाताच्या अंगठ्यात लागला आहे.

उजवा अंगठा... त्या शेजारचं बोट... मधलं बोट... चौथं बोट... करंगळी... तळहात... मनगट... कोपर... दंड... संपूर्ण उजवा हात... उजवा खांदा... छातीची - कमरेची उजवी बाजू... उजवा पाय... तळपाय... उजव्या पायाची बोटं....

आता हळूहळू आपलं लक्ष आपल्या डाव्या हाताच्या अंगठ्यावर आणा.

एक छोटासा दिवा तुमच्या डाव्या हाताच्या अंगठ्यात लागला आहे.

डावा अंगठा... त्या शेजारचं बोट... मधलं बोट... चौथं बोट... करंगळी... तळहात... मनगट... कोपर... दंड... संपूर्ण डावा हात... डावा खांदा... छातीची - कमरेची डावी बाजू... डावा पाय... तळपाय... डाव्या पायाची बोटं....

आता कंबर, पाठ, पोट, छाती, डोकं, चेहरा, कपाळ याकडे क्रमाक्रमाने पाहा.

आता संपूर्ण शरीराकडे लक्ष द्या.

शरीर स्वस्थ आणि शांत...

लक्ष हृदयाकडे...

हृदयाचे ठोके अनुभवा.

ठक...ठक...ठक...

सगळीकडे उत्साहवर्धक वातावरण आहे...

हवेत उत्साह, ऊर्जा भरलेली आहे...

या मंद, केशरी ज्योतीमुळे प्रकाश आणि शांततेची भावना निर्माण होते आहे...

मन सौम्य, हळुवार झालं आहे...

ऊबदारपणाची जाणीव आपण अनुभवत आहोत... हृदयाचा गाभारा अलौकिक प्रकाशात न्हाऊन निघाला आहे...

हृदयात दिव्य प्रकाशाची जाणीव आहे...

शरीर, मन, अंत:करण तेजोमय झालं आहे...

उजळून निघालं आहे...

मलिनता, नकारात्मकता, निराशा लख्ख धुऊन निघाली आहे...

आपल्या पूर्वजांनी 'दीपदर्शन' हे फार महत्त्वाचं मानलं आहे. त्यामागे खूप सखोल अशी जाणीव, कृतज्ञतेची भावना आहे. बृहदारण्यक उपनिषदामध्ये एक प्रार्थना आहे.

असतो मा सद् गमय।
तमसो मा ज्योतिर्गमय।
मृत्योर्मा अमृतं गमय।

ही प्रार्थना आपल्याला काय सांगते बरं!

- अंधकारातून मी प्रकाशाकडे जावो!
- ज्या जीवनामध्ये आशा असते ते जीवन प्रकाशाने भरलेलं असतं.
- नैराश्य हे अंधाराकडे घेऊन जाणारं असतं.
- आपल्याला नैराश्याच्या अंधारात राहायचं नाहीये.

आपण आता तेजाने उजळलेल्या मार्गावरून प्रकाशमय जीवनाकडे जात आहोत.

ज्योत ही मंद तेवत स्वतः कणाकणाने जळते. त्याच वेळी माणसाच्या मनाला मात्र शांत, अंतर्मुख करते. साधकाला आत्मज्योतीची प्रचिती देते. स्वतः जळून जगाला प्रकाश देण्याची प्रेरणा दीपच आपल्याला देऊ शकतो.

तेजाचं, दिव्यत्वाचं ध्यान करता-करता आपण स्वतःपुरता विचार न करता इतरांसाठी जगू लागतो; दुसऱ्याला मदत करण्याचा आनंद अनुभवू शकतो; नकारात्मक विचारांपासून स्वतःला दूर ठेवण्यासाठी प्रवृत्त होतो; यामुळे आपोआपच आपल्या शरीर आणि मन या दोन्हींवर चांगले परिणाम होतात.

नैराश्याच्या अंधकारातून आपण जीवनाच्या प्रकाशाकडे जाऊ लागतो. स्वामी विवेकानंद म्हणतात, 'माणूस हा दुसऱ्यावर जळतो. दिवा मात्र दुसऱ्यासाठी जळतो.'

योगसाधकानेही जगातलं दारिद्र्य, दुःख, अज्ञान, अन्यायरूपी अंधकार हटवण्यासाठी दिव्यासारखं जळत राहायला हवं. अशा या दैवी विचारांचा प्रकाश पसरवत राहिलं तर अज्ञान आपोआपच दूर होईल.

दिव्यापासून आपण हीच प्रेरणा घेऊ या!

मी तर प्रकाशित होईनच; त्याबरोबर इतरांचं जीवनही उज्ज्वल करीन, त्यांचं भवितव्य प्रकाशमय करीन!

गुरुजींचं बोलणं थांबलं. केवळ दहा-बारा मिनिटांच्या दीप ध्यानाने साधकांच्या चेहऱ्यावर शांतता, प्रसन्नता दिसत होती.

विद्युतशक्तीच्या बळावर आजच्या वेगवान युगात माणसं पंधरा-सोळा तासही अखंड काम करतात. मात्र, या विद्युतयुगातही, तुपाचं निरांजन लावून त्यासमोर नतमस्तक होण्याचा प्रघात अजूनही टिकून आहे. एक विजेचा दिवा दुसऱ्या दिव्याला पेटवू शकत नाही. मात्र, एका निरांजनाच्या वातीत हजारो दिवे पेटवण्याची मोठी शक्ती आहे. दीप ध्यान हे सर्व तऱ्हेच्या मानसिक विकारांवर, विशेषतः नैराश्यावर उत्कृष्ट परिणाम देऊ शकतं.

जागतिक ध्यानदिन : ओळख ध्यानविश्वाची

दर वर्षी २१ डिसेंबर रोजी जगातले सगळे देश 'जागतिक ध्यान दिन' साजरा करतात. ध्यानाचे फायदे हे माणसाला मानसिक, भावनिक आणि शारीरिक अशा सर्वच स्तरांवर नक्कीच जाणवतात. ध्यान करून परिपूर्ण आरोग्याची संकल्पना प्रत्येकाने अनुभवावी, म्हणून केल्या जाणाऱ्या प्रयत्नांसाठी हा दिवस विशेष मानला जातो.

हे जग दिवसेंदिवस अधिकाधिक वाढत्या वेगाने प्रगती करत आहे, पुढे जात आहे. मात्र, या वाढत्या गतीमुळे मेंदूचं, मनाचं संतुलन बिघडत आहे. प्रत्येक व्यक्तीला आपलं लक्ष केंद्रित करायचं असेल, मनाची शांत - आरामदायक स्थिती अनुभवायची असेल, तर ध्यानाला पर्याय नाही! त्यामुळे आपण सहजपणे आपल्या अंतर्मनाशी जोडले जाऊ लागतो. ताणाची वाढलेली पातळी कमी करणं, मन शांत करणं, लक्ष केंद्रित करण्यामध्ये सुधारणा, एकाग्रता आणि मानसिक स्पष्टतेत वाढ, चांगलं भावनिक आरोग्य, भावनिक लवचीकपणा, सकारात्मकता असे असंख्य फायदे आपल्याला यातून मिळतात. झोपेची गुणवत्ता सुधारण्यास मदत, शारीरिक आरोग्य, वाढलेला रक्तदाब कमी होणं, आणि एकूणच आरोग्य सुधारतं.

आपल्यापैकी प्रत्येकाला अगदी छोट्या-छोट्या गोष्टीतूनही जागतिक ध्यान दिन साजरा करण्याचे मार्ग सापडू शकतील. यानिमित्ताने काय-काय बरं करता येईल आपल्याला....

- ध्यान कार्यक्रम आयोजित करणं किंवा
- अशाच एखाद्या कार्यक्रमाला उपस्थित राहणं

- दररोज काही मिनिटं सजगता (माइंडफुलनेस) किंवा मार्गदर्शित (गायडेड) ध्यान करण्याचा संकल्प करणं
- नुसता संकल्प करून न थांबता प्रत्यक्ष ध्यान सराव सुरू करणं
- सोशल मीडियाच्या मदतीने ध्यानधारणेच्या फायद्यांबद्दल प्रसार करणं
- निसर्गाशी जोडलं जाण्यासाठी निसर्गभ्रमण करून निसर्गाच्या सान्निध्यात ध्यान करणं

चला तर मग, ध्यानाच्या अनोख्या विश्वाची सफर करू या!

प्राचीन ग्रंथांमधलं ध्यान

भारताची अध्यात्म, योग परंपरा हजारो वर्षं जुनी आहे. वेद, उपनिषदं, पुराणातून प्राचीन ऋषींनी ध्यानाविषयी सांगितलेलं आहे. ५००० वर्षांपूर्वी गीतेतून श्रीकृष्णाने अर्जुनाला ध्यानमार्गाचा उपदेश केला. २४०० वर्षांपूर्वी पतंजलींनी योगाची शास्त्रशुद्ध, विज्ञाननिष्ठ रचना करून 'जीवनाचं अंतिम उद्दिष्ट ध्यान आहे' हे सांगितलं.

भारताचं स्वातंत्र्य आणि ध्यान

परकीयांची शेकडो आक्रमणं परतवून लावण्यासाठी लागणारी दैवी शक्ती शिवाजी महाराजांनी जगदंबेच्या ध्यानातून मिळवली. त्यांना या कार्यात साथ देणाऱ्या मावळ्यांना, सामान्य प्रजेला रामदासांनी हनुमानाचं, रामरायाचं ध्यान शिकवून समर्थ आणि खंबीर बनवलं. त्यानंतर आलेली इंग्रजांची सत्ता उलथवणं सोपं नव्हतं; त्यासाठी लागणारं मानसिक धैर्य, कणखरपणा हा त्या वेळचे क्रांतिकारक, नेते, पुढाऱ्यांनी ध्यानोपासनेतून मिळवला. कोट्यवधी भारतीयांना प्रेरणा देणारं टागोरांचं राष्ट्रगीत, टिळकांचे धगधगते अग्रलेख आणि 'गीतारहस्य', योगी अरविंदाचं लेखन, सावरकरांच्या तेजस्वी रचना म्हणजे फक्त मानवी हातांनी लिहिलेले शब्द नाहीत! या थोर देशभक्तांनी ध्यानोपासनेतून ईश्वरी शक्तीशी साधलेल्या एकरूपतेमुळे त्यांच्या प्रत्येक शब्दाने स्वातंत्र्यलढ्यात वज्ररूप (इंद्राचं अस्त्र) धारण केलं.

आधुनिक काळातले ध्यानऋषी

स्वामी कुवलयानंदांनी योगविषयक संशोधनासाठी लोणावळ्याला कैवल्यधाम संस्था सुरू केली. ध्यानाचा वैज्ञानिक रीतीने अभ्यास करण्यासाठी त्यांनी

जमिनीखाली काचेची खोलीदेखील बांधली. डॉ. नागेंद्र या अभियंत्याने अमेरिकेतल्या 'नासा'मधली नोकरी सोडून भारतात 'विवेकानंद योगविद्यापीठा'ची स्थापना केली. त्यांचं माण्डूक्य उपनिषदावर आधारित 'आवर्ती ध्यान' हा जगातल्या प्रमुख हॉस्पिटल्समध्ये अत्यंत प्रभावी उपाय समजला जातो. डॉ. विश्वास मंडलिक हेही मूळचे इंजिनिअर आहेत. त्यांनी नाशिकला योग विद्या गुरुकुल संस्था स्थापन करून हजारो योगशिक्षकांकरवी ध्यानप्रसार केला. आचार्य रजनीशांनी ध्यानाचे शेकडो प्रकार त्यांच्या पुस्तकात दिले आहेत. महर्षी महेश योगी यांच्या 'भावातीत ध्याना'ने लाखो अमेरिकनांच्या जीवनात शांतता आणली.

ध्यानावर झालेलं आणि सुरू असलेलं वैज्ञानिक संशोधन

गेल्या ५० वर्षांत जगातल्या अनेक शास्त्रज्ञांनी ध्यानावर प्रयोग करून त्याचे शरीर-मनावर होणारे फायदे दाखवून दिले आहेत. या शास्त्रशुद्ध अभ्यासातून, संशोधनातून पुढे आलेली निरीक्षणं चमत्कार वाटावा इतकी अद्‌भुत आहेत!

रक्तातल्या लॅक्टेट रसायनाचं प्रमाण कमी होतं म्हणून काळजी, चिंता कमी होते. ऑक्सिजनचा वापर १६ टक्क्यांनी कमी होऊनही कार्बन डायऑक्साइड निर्मितीचं प्रमाणही तसंच कमी होतं. त्यामुळे संपूर्ण शरीरातल्या पेशींना विलक्षण गाढ विश्रांती मिळते. नाडीचे ठोके कमी होऊन श्वासोच्छ्वास सहजतेने मंदावतो. म्हणून मज्जातंतू संस्थेला आराम वाटतो, हृदयावरील ताण कमी होतो.

मेंदूतील उजव्या व डाव्या गोलार्धातून निघणाऱ्या विद्युतलहरींमध्ये सुसंवाद निर्माण होतो, म्हणून मनातलं द्वंद्व कमी होऊ लागतं. मेंदूच्या मागच्या भागापासून पुढील भागापर्यंत अल्फा लहरी पसरू लागतात, त्यामुळे विचारधारा स्पष्ट होतात. अल्फालहरींचं प्रमाण वाढल्याने मनःशांती, आराम मिळतो.

नियमित ध्यान करणाऱ्याच्या हृदयाचे ठोके पूर्वी मिनिटाला ७५ ते ८० असले, तर ते (ध्यानावस्थेत नसतानाही) ७२ पर्यंत खाली येऊ शकतात. अस्वस्थता, चिडचिडेपणा, चिंता कमी होतात. सिगारेट, दारू यांची गरज, वापर कमी होतो. रक्तदाब नॉर्मल होतो. रोगप्रतिबंधक शक्ती वाढते.

सगळ्यांचा एकत्रित परिणाम म्हणजे, मन शांत होऊ लागतं.

नादानुसंधान

- ॐकाराच्या उच्चाराचे परिणाम
- बहुपयोगी भ्रामरी
- डामर भ्रामरी ध्यान
- MSRT ध्यान अर्थात मन ध्वनी अनुनाद तंत्र

ॐकाराच्या उच्चाराचे परिणाम

'ध्यान हीच उत्तम आरोग्याची गुरुकिल्ली आहे' हे तर आता आपल्याला छान समजलं. त्याबरोबरच, 'ॐकार ध्यान' हे अगदी मूलभूत असं ध्यान कसं करायचं, हेही आपण समजून घेतलं.

आपण सगळे विज्ञानयुगात राहतो, त्यामुळे कुठलीही गोष्ट आपल्याला करायला सांगितली की सर्वप्रथम ती विज्ञानाच्या निकषांवर उत्तमरीत्या घासूनपुसून पाहण्याची एक चांगली सवय आपल्याला आपोआपच जडली आहे. यादृष्टीने ॐकार म्हणण्याचे परिणाम हे विज्ञानाच्या चश्म्यातून पाहायलाच हवेत... हो ना!

ॐकाराच्या उच्चाराचे परिणाम शरीर-मनावर कसे होतात, याविषयीची माहिती नुसती मनोरंजकच नाही, तर रोमांचकही आहे! आपलं शरीर हे ३०० ट्रिलियन इतक्या प्रचंड संख्येने असलेल्या पेशींनी बनलेलं आहे. या पेशी सतत स्पंद पावत असतात. बाह्यजगातल्या स्पंदनांना प्रतिसाद देताना पेशींच्या स्पंदनांची कंपनसंख्या, लाटांची उंची यातही बदल होतात; हे त्यांच्या संवादाचं एक माध्यमच आहे.

ॐकाराच्या नादतरंगाचं सामर्थ्य

याबरोबरच शरीरातल्या प्रथिनांचंही स्पंदन होत असतं. बाहेरचे जीवाणू, विषाणू शरीरावर आक्रमण करतात, तेव्हा पेशी या प्रथिनांच्या स्पंदनांच्या माध्यमातून एकमेकींशी संवाद साधतात, हल्ल्याला तोंड देतात. शास्त्रशुद्ध पद्धतीने म्हटलेल्या ॐकाराच्या उच्चारणातून संपूर्ण शरीरभर वैशिष्ट्यपूर्ण असे नादतरंग झंकारतात.

या तरंगांची कंपनं ही व्याधिग्रस्त पेशींचा नाश करण्याएवढ्या तीव्र स्वरूपाची असतात.

मंदिरातील गाभाऱ्याची विशिष्ट रचना तुम्ही कधी बारकाईने पाहिली आहे का? ही रचना आपल्या मस्तकातल्या पोकळीशी मिळतीजुळती आहे. मस्तकातल्या या पोकळीला योगिक, आध्यात्मिक परिभाषेत चिदाकाश, गगनाकाश, मूर्ध्नीआकाश अशी सुंदर नावं आहेत. या विशिष्ट रचनेमुळे, नाद-ध्वनी-प्रतिध्वनी यांचं एक सातत्यपूर्ण तालचक्र तयार होतं. शरीरात प्रचंड संख्येने असलेल्या पेशींमधली स्पंदनं परिशुद्ध करण्याची क्षमता या नादचक्रामध्ये असते. मुळातच पेशींचा आकार हा अतिशय सूक्ष्म असतो. या सूक्ष्म पेशींच्याही आत अतिसूक्ष्म जनुकं (जीन्स) असतात. त्यांचा आपापसांत उत्कृष्ट ताळमेळ असतो. विविध कारणांमुळे हा सुसंवाद बिघडतो. हा विसंवाद किंवा बिघडलेला ताळमेळ सुधारण्यासाठी ॐकाराची स्पंदनं उपयुक्त ठरतात.

ॐकार म्हणताना आपली जाणीव ही अधिकाधिक सूक्ष्म होत जाते. जाणीव जितकी सूक्ष्म होईल तितका ॐकार मनामध्ये, भावनांमध्ये, विचारांमध्ये अधिकाधिक प्रतिबिंबीत होत जातो. शरीर आणि मन जितकं एकाग्र होईल, तितकी ॐकाराची संवेदना ही पार अणूरेणूंपर्यंत पोहोचल्याची सुंदर अनुभूती अगदी 'याची देही याची डोळा' घेता येईल. *अणुरेणिया थोकडा। तुका आकाशाएवढा* ही अनुभूती तुकोबांनी अशाच प्रकारे घेतली असावी का?

वैज्ञानिक दृष्टिकोनातून ॐकारावर भरपूर संशोधन झालं आहे. डॉ. लेझर लाझारिओ यांनी २५ वर्षं केलेल्या संशोधनातून त्यांना ॐकाराचे अनेक फायदे आढळून आले. पेशींना मसाज केल्याची जाणीव होते, अंतःस्त्रावी ग्रंथींचं कार्य

सुधारतं, श्वसनात सुधारणा होते, फुप्फुसांना व्यायाम घडतो, स्मरणशक्तीत वाढ, उच्च रक्तदाब, निद्रादोष व वाणीदोष नाहीसे होण्यास मदत होते, ... असे ॐकाराचे अनेक सुपरिणाम त्यांनी आपल्या संशोधनात मांडले आहेत.

ध्यानसाधक ध्यानाच्या सखोल अशा अवस्थेत जातात तेव्हा त्यांना ॐकाराचा अनाहत नाद ऐकू येतो. ध्यानावस्थेत या नादात रमताना मन आणि आत्माही शांती अनुभवू लागतात. हेच एका श्लोकात किती सुंदर रीतीने सांगितलं आहे पाहा –

ॐकारं बिन्दुसंयुक्तं।
नित्यं ध्यायन्ति योगिनः।।
कामदं मोक्षदं चैव।
ॐकाराय नमो नम :।।

माण्डूक्य उपनिषदातही ॐकाराबद्दल विस्तृत असं वर्णन आहे. अशा या मंगल, दिव्य ॐकाराची आणखी एक प्रभावी अशी ध्यानपद्धत बघू या!

ॐकार प्रतिमा ध्यान

ॐकाराची प्रतिमा समोर ठेवून अधिक प्रभावीपणे 'प्रणव ध्यान' करता येतं.

आठ-दहा मिनिटं बसता येईल अशा आसनात बसावं. आपल्यासमोर ॐकाराचं चित्र किंवा प्रतिमा ठेवावी. सुरुवातीला डोळे उघडे ठेवून, ॐकाराकडे एकाग्रतेने पाहत दोन-तीन मिनिटं ॐकार म्हणावे.

ॐकार म्हणताना शांतपणे बसून म्हणावा. त्याचा प्रतिध्वनी ऐकावा. मनातले विचार थांबवून ते नादब्रह्म ऐकायचं आहे, अशा भावनेने ॐकार म्हटला, तर विश्वातल्या चिरंतन नादब्रह्माचं, शब्दब्रह्माचंच जणू प्रत्यक्ष दर्शन होतं. मन अतीव आनंदमय, शांत होऊन जातं.

त्यानंतर शांतपणे डोळे मिटून परत दोन-तीन मिनिटं ॐकाराचं उच्चारण करावं. मग ॐकार म्हणण्याचं थांबवावं.

ज्ञानोबा किती रसाळपणे सांगतात पाहा...

> हे तिन्ही एकवटले। तेथ शब्दब्रह्म कवळले।
> ते मियां गुरूकृपा नमिले। आदिबीज॥२०॥

ॐकार म्हणताना अ, उ, म एकवटले, एकत्रित झाले. तिथे ॐकार प्रकट झाला. वेदांना शब्दब्रह्म म्हणतात. ॐकारने वेदांना स्वत:मध्ये सामावून घेतलं आहे. म्हणजे ॐकार हेच शब्दब्रह्म आहे. असा हा ॐकार सर्व विश्वाचं, ज्ञानाचं आदिबीज आहे.

ॐकार म्हणजे निर्गुण निराकार परमेश्वराचं प्रत्यक्ष सगुण साकार रूपच! तो ॐकारच मी होऊन राहिलो आहे या भावनेने शरीरभर आनंदाच्या लहरी अनुभवत दोन-तीन मिनिटं निर्विचार अवस्था अनुभवावी. ही विचाररहित स्थिती म्हणजेच ध्यान!

बहुपयोगी भ्रामरी

कंठचक्र भ्रामरी ध्यान

योगशास्त्राची निर्मिती ही कोणत्याही आजारांवरचा उपचार म्हणून झालेली नाही. मात्र, नियमित योगाभ्यास करत राहिलं तर साधकांचे आजार, व्याधी बऱ्या होऊ लागतात, हा अनुभव अनेकांना आला आहे. त्यातूनच 'योगोपचार' हा शब्द प्रचलित झाला.

पतंजलींनी रचलेल्या *पातंजल योगसूत्रे* या ग्रंथात अष्टांगयोग सांगितलेला आहे. ध्यान ही त्यातली सातवी पायरी आहे. ध्यान केल्यावर अनेक शारीरिक, विशेषतः मानसिक आजार बरे झाल्याची असंख्य उदाहरणं पाहायला मिळतात. 'कंठचक्र भ्रामरी ध्यान' हा एक अतिशय सोपा असा ध्यान प्रकार आहे. नाक, कान, घसा, स्वरयंत्र, थायरॉईड ग्रंथी यांच्याशी संबंधित त्रासांवर उपचारक ठरणारं हे ध्यान आहे.

भ्रामरी म्हणजे काय?

भ्रमर म्हणजे भुंगा. भुंगा हा कधीही एका जागी स्थिर नसतो. सतत इकडून तिकडे भ्रमण करत असतो. यावरूनच संस्कृत भाषेत त्याचं 'भ्रमर' म्हणजेच 'भ्रमण करणारा' असं नाव आहे. यात एक गंमत आहे... हा भुंग्याचा नाद जेव्हा माणसाच्या स्वरयंत्रातून निर्माण होतो, तेव्हा तो चंचल मनाला एका जागी खिळवून ठेवतो. सतत बाह्यजगाकडे धाव

घेणाऱ्या मनाला आकृष्ट करून अंतर्मुख करण्याच्या वैशिष्ट्यामुळेच हे ध्यान प्रभावी ठरतं.

भ्रामरीचे नेत्र, कर्ण, चतुर्मुखमुद्रा, षण्मुखमुद्रा यासह इतर असे १५ प्रकार आहेत. त्यापैकी 'कंठचक्रावर मन एकाग्र करून भ्रामरी करणे' हा प्रकार या ध्यानपद्धतीत अपेक्षित आहे.

भ्रामरी कशी करावी ?

ॐकार म्हणताना आपण पहिल्यांदा 'अ'नंतर 'ऊ' म्हणून, मग शेवटी ओठ मिटलेले ठेवून 'म'कार म्हणतो. भ्रामरी करताना मात्र 'अ' आणि 'ऊ' न म्हणता फक्त 'म'कार म्हणायचा असतो. आता हे ध्यान कसं करायचं ते समजून घेऊ या.

सहज स्थितीत बसावं. गुडघे, पाठीचे त्रास असणाऱ्यांनी खुर्चीवर बसायलाही हरकत नाही. डोकं, पाठ, मान सरळ ठेवावी. या स्थितीत भ्रामरीचं पहिलं आवर्तन करावं.

भ्रामरीचं आवर्तन म्हणजे काय ?

पूर्ण श्वास घेत सावकाश डोकं मागे झुकवावं. या स्थितीत मानेच्या मणक्यांवर चांगला दाब येतो. त्याच वेळी गळ्यावर, घशावर ताण

येतो. म्हणजेच, पर्यायाने स्वरयंत्र, थायरॉईड या अंतःस्त्रावी ग्रंथींनाही चांगला ताण बसतो. श्वास घेऊन डोकं मागे नेलेल्या स्थितीतून आता हळूहळू डोकं पुढे आणायला सुरुवात करावी. डोकं पुढे आणत असताना सावकाश श्वास सोडत-सोडत भ्रामरी करावी. डोकं हळूहळू पूर्ण खाली झुकवून हनुवटी छातीला टेकेपर्यंत खाली नेण्याचा प्रयत्न करावा, तोपर्यंत भ्रामरी चालू ठेवावी. इथे आपला श्वास सोडून संपेल. मग सावकाश हनुवटी वर उचलून डोकं, मान सरळ स्थितीत आणावी. इथे पहिलं आवर्तन पूर्ण झालं. अशी किमान पाच तरी आवर्तनं करावीत. शक्य असेल तर जास्त आवर्तनं करायलाही हरकत नाही.

भ्रामरीची कंपनं, स्पंदनं अनुभवताना मन अतिशय शांत स्थितीत जातं. ही शांतता अनुभवत पुढे काही क्षण ध्यान करावं.

या प्रक्रियेमध्ये, डोकं मागे नेलेलं असताना गळ्यावर, घशावर (स्वरयंत्र), थायरॉईड ग्रंथीवर ताण येतो. डोकं पुढे झुकवत हनुवटी छातीकडे नेताना याच थायरॉईड ग्रंथीवर पूर्ण दाबही येतो. कंठचक्रावर (विशुद्धी चक्र) ध्यान घडतं. थायरॉईड ग्रंथीवर एकापाठोपाठ ताण आणि दाब निर्माण झाल्याने या ग्रंथीचं आरोग्य सुधारतं. मात्र, याहूनही मोठा फायदा म्हणजे, ताणातून दाबाकडे अशी स्थिती बदलत असतानाच, भ्रामरीमुळे आरोग्यदायक कंपनं निर्माण होतात. या कंपनांमुळे थायरॉइड ग्रंथीमध्ये स्पंदनं उत्पन्न होऊन, या ग्रंथीतून स्त्रवणारं रसायन (टीएसएच हॉर्मोन) योग्य प्रमाणात पाझरू लागतं. थायरॉईडचा त्रास असलेल्या अनेक साधकांना या कंठचक्र भ्रामरी ध्यानाचा खूप फायदा झालेला आहे; तसंच स्वरयंत्राच्या आरोग्यासाठीही हे ध्यान उत्तम ठरलं आहे.

हे ध्यान करणाऱ्यांनी घ्यावयाची काळजी : मानेचे विकार (स्पाँडिलायटिस) असणाऱ्यांनी, डोकं खाली नेताना, मानेवर फार ताण येणार नाही, इतपतच खाली न्यावं.

डामर भ्रामरी ध्यान

आपण एक आगळीवेगळी आणि अत्यंत वैशिष्ट्यपूर्ण अशी ध्यानपद्धत पाहणार आहोत.

डमरू

डामर या शब्दाचे बरेच, म्हणजे तीसहून अधिक अर्थ आहेत. डामर म्हणजे डमरू. एखाद्या अद्‌भुत, चमत्कार निर्माण करणाऱ्या गोष्टीला हिंदी भाषेत 'डामर' असं म्हणतात. या अर्थाने तंत्रयोगात 'डामर तंत्र' मानणारा एक पंथ आहे. डमरू हे वाद्य भगवान शंकरांच्या हातात आपण पाहतो. या वाद्याच्या नादलहरींमुळे वाईट शक्ती, नकारात्मकता यांचा नाश होतो. लययोग आणि नादयोग यातल्या वेगवेगळ्या साधनापद्धतींच्या दृष्टीनेही डमरूला आत्यंतिक असं महत्त्व आहे.

भ्रामरी

संस्कृत भाषेत भुंग्याला भ्रमर असं म्हणतात. भुंगा सतत गुणगुणल्यासारखा आवाज करत असतो. त्यावरून हा भ्रामरी नाद म्हणून ओळखला जातो. आपण एखादं गाणं गुणगुणताना जो आवाज निर्माण होतो, तोही या भुंग्याच्या आवाजासारखा असतो. ॐकार म्हणताना आधी 'अ', नंतर 'ऊ'

आणि शेवटी ओठ मिटून 'म' म्हटला जातो. मात्र, नुसता हा 'म' म्हणत राहणं म्हणजे भ्रामरी!

हे ध्यान कसं करायचं ते आता पाहू या!

एखाद्या शांत ठिकाणी बसावं. शरीर आणि मन स्थिर, सहज, सुखावह राहील अशी आसनस्थिती घ्यावी. डोळे अगदी अलवारपणे मिटून घ्यावेत. दीर्घ श्वास घेऊन श्वास सोडताना तोंडातून भ्रामरीचा नाद निर्माण करावा.

डामर भ्रामरी ध्यान या ध्यानप्रकारात भ्रामरीचा नाद करायचा आहेच; त्याच वेळी प्रणव मुद्रेने एकदा डावी तर एकदा उजवी अशा दोन्ही नाकपुड्या एकाआड एक, क्रमाक्रमाने बंद करायच्या आणि उघडायच्या आहेत. हाताच्या अंगठ्याशेजारची दोन बोटं मिटली की त्याला प्रणव मुद्रा असं म्हणतात.

डमरू वाजवताना लय एकसारखी नसते. मनगटातून हाताचा पंजा गोल फिरवताना सुरुवातीला मंद गतीने कऽऽऽड कऽऽऽट, नंतर मध्यम गतीने कऽड कऽट, नंतर जलद गतीने कडकट कडकट कडकट असा आवाज बदलत राहतो. भ्रामरी करतानाही, मनगटातून हाताचा पंजा गोल फिरवत एकाआड एक, क्रमाक्रमाने नाकपुड्या बंद करायच्या आणि उघडायच्या आहेत. हे करताना प्रणव मुद्रा केलेला हाताचा पंजा हा डमरूच्या आकाराचा दिसतोच; शिवाय, हाताचा पंजा मनगटातून गोल फिरतानाही डमरू वाजवल्याप्रमाणे फिरतो. डमरू हातात धरून वाजवताना हाताचा पंजा हा मनगटातून गोल फिरतो, तसंच भ्रामरी करतानाही पंजा गोल फिरवायचा आहे.

डमरू वाजवताना मध्यभागी धरला जातो. त्याची योग्य प्रकारे हालचाल करणं हे कौशल्याचं काम आहे. मणी बांधलेली दोरी डमरूच्या दोन्ही बाजूंना असलेल्या पडद्यावर आळीपाळीने आदळून विशिष्ट लयीतले नाद निर्माण होतात.

याचप्रमाणे भ्रामरी करतानाही उजवी नाकपुडी बंद होते, तेव्हा तिथली कंपनं मेंदूच्या डाव्या भागात लहरी निर्माण करतात; याउलट डावी नाकपुडी बंद केल्यामुळे मेंदूच्या उजव्या अर्धगोलात लहरी उत्पन्न होतात. 'मेंदूचे दोन्ही भाग

आळीपाळीने उत्तेजित होणं' हा परिणाम अतिशय महत्त्वाचा आहेच; त्याचबरोबर सतत बदलणाऱ्या गतीमुळे लहरींची वारंवारताही (फ्रिक्वेन्सी) बदलते.

आपल्याभोवती घडणाऱ्या घटनांचा पडसाद म्हणून मानवी मेंदूत डेल्टा, थिटा, बीटा, अल्फा आणि गॅमा अशा वेगवेगळ्या कंपनसंख्यांच्या लहरी निर्माण होतात. परिस्थितीनुसार त्यांच्यातील बदलाची अचूकता उत्तम असणं फार गरजेचं असतं. याला मेंदूचा लवचीकपणा (न्यूरोप्लास्टिसिटी) म्हटलं जातं. या ध्यानामुळे मेंदूचा बिघडलेला लवचीकपणा सुधारतो, तसंच लवचीकपणा चांगला असेल तर अधिक विकसितही होतो. कुठल्याही वाईट प्रसंगाला आपण न डगमगता, डळमळता खंबीरपणे सामोरं जाऊ शकतो. अनेक वर्षं ध्यानसाधना करणारे साधक, योगी यांच्या मेंदूत सदैव अल्फा लहरी असल्यामुळे ते सदासर्वकाळ परमोच्च आनंदाच्या पातळीवर राहतात.

सध्याच्या काळात अनेक गुंतागुंतीचे मानसिक आजार मानसतज्ज्ञांसमोर येत आहेत; तसंच मेंदूच्या व्याधींचं आणि गंभीर आजारांचं प्रमाण खूपच वाढलेलं आहे. आधुनिक वैद्यकशास्त्रालाही कधीकधी या किचकट आणि क्लिष्ट अशा मानसगुंत्यांसमोर हात टेकवावे लागतात. असे दुर्बोध, दुर्धर आजार असलेल्या अनेकांना या ध्यानाची फार मोठ्या प्रमाणावर मदत होत असल्याचा ज्येष्ठ योगतज्ज्ञांचा दीर्घानुभव आहे. माझ्याकडे येणाऱ्या रुग्ण-साधकांचेही अनेक चांगले अनुभव आहेत.

MSRT ध्यान अर्थात मन ध्वनी अनुनाद तंत्र

मन ध्वनी अनुनाद तंत्र

मन म्हणजे नक्की काय बरं! हजारो वर्षांपासून माणसाला पडलेल्या या प्रश्नाचं उत्तर शोधण्याचा मोह कविवर्य सुधीर मोघे यांना पडला.

> मन मनास उमगत नाही
> आधार कसा शोधावा!

या सुप्रसिद्ध काव्यातून त्यांनी ते शोधण्याचा प्रयत्न केला आहे.

२४०० वर्षांपूर्वी पतंजलींनी 'योग' हे परिपूर्ण शास्त्र म्हणून विकसित केलं. खरंतर एका अर्थाने हे प्राचीन भारतीय मानसशास्त्रच आहे. त्यामुळे या शास्त्राचा अभ्यास करणाऱ्यांना वेगवेगळ्या ध्यानपद्धतीतून मन उलगडत गेलं.

अशा ध्यानपद्धतींपैकीच एक अनुपम असा प्रकार म्हणजे MSRT ध्यान.

म्हणजेच, 'माइंड साउंड रेझोनन्स टेक्निक'.

मराठीत त्याचा अर्थ 'मन ध्वनी अनुनाद तंत्र' असा लावला जातो.

तोंडाने नाद निर्माण करून त्या आवाजांची पुनरावृत्ती मानसिक स्तरावर अनुभवणं, हा या ध्यानाचा गाभा आहे. हे करत असताना संपूर्ण शरीरात त्याचा

अनुनाद निर्माण होतो. शरीरात प्रचंड प्रमाणात अंतर्गत ऊर्जा सुप्तावस्थेत असते. ती या अनुनादाच्या कंपनांमुळे पुनरुज्जीवित होते.

शरीरातल्या प्राणशक्तीचा विकास करण्यासाठी योग परंपरेने निरनिराळे मंत्र विकसित केले. या मंत्रांमागचं गूढ रहस्यही MSRT ध्यानातून उलगडत जातं.

या ध्यानातली 'माइंड साउंड रेझोनान्स मेथड' (MSRM) म्हणजे एक प्रगत योगतंत्र म्हणायला हवं. त्यामुळेच इच्छाशक्ती, एकाग्रता, गाढ विश्रांती या क्षमता विकसित करण्यासाठी; तसंच एड्स, कर्करोग अशा दुर्धर आजाराने ग्रस्त असलेल्यांसाठी हे ध्यान वरदान ठरलं आहे. सकारात्मक आरोग्य, चांगली स्मरणशक्ती, सखोल विश्रांतीचं ध्येय साध्य करण्यासाठी ते उपयोगी पडतं.

हे प्रगत, मार्गदर्शित असं ध्यानतंत्र का आहे? साधकाला ते संपूर्ण शरीरातला 'अंतर्गत ध्वनी अनुनादाचा अनुभव देतं. त्याच्या 'माईंड बॉडी कॉम्प्लेक्स'ला खोल विश्रांतीच्या स्थितीत घेऊन जातं. या प्रक्रियेतली 'रेझोनन्स' ही संकल्पना म्हणजे नक्की काय आहे, ते समजून घेऊ या.

रेझोनन्स ही निसर्गातली एक अतिशय सामर्थ्यवान अशी प्रक्रिया आहे. पुढे दिलेल्या काही उदाहरणांतून ती अधिक चांगली कळेल.

लहानपणी केलेला बाटलीचा प्रयोग

आपल्या सगळ्यांना आठवत असेल, की लहानपणी 'प्रयोगातून विज्ञान' असा एक विषय आपल्या अभ्यासक्रमात असायचा. त्यातल्याच एका प्रयोगात दोन मुलं एकसारख्या काचेच्या बाटल्या घेतात. एका मुलाने एक बाटली ओठाशी उभी धरून फुंकली म्हणजे आवाज निघतो. त्याच वेळी दुसऱ्या मुलाने काही अंतरावर दुसरी बाटली कानाला लावली तर तोच आवाज अगदी जसाच्या तसा त्याला ऐकू येतो.

गायकाने तंबोरे जुळवणं

एखाद्या शास्त्रीय संगीताच्या कार्यक्रमाला आपण गेलो तर कार्यक्रम सुरू होण्यापूर्वी गायक त्यांच्या साथीदारांचे तंबोरे एकमेकांशी जुळवून घेतात. त्यामुळे या एकसारख्या तानपुऱ्यांपैकी एकाच्या तारा छेडल्या, तर दुसऱ्या तानपुऱ्यातूनही अगदी तसाच परस्पर संवादी ध्वनी झंकारतो.

'युद्धस्य कथा रम्या' असं म्हटलं जातं. युद्धाच्या इतिहासातली एक गोष्ट सुप्रसिद्ध आहे. अशाच एका लष्करी तळावर सैन्याचं संचलन सुरू होतं. सगळे सैनिक अतिशय शिस्तबद्ध रीतीने पुलावरून जात होते. एकसुरात, एका ध्येयाने प्रेरित झालेल्या त्या सैनिकांच्या पावलांच्या तालबद्ध संचलनातून प्रचंड शक्तिमान असा ध्वनी, आणि त्यातून अनुनाद निर्माण झाला. या अनुनादाची शक्ती भयानक होती; इतकी, की तिच्यामुळे तो पूल क्षणार्धात खाली कोसळला. खरंतर या पुलावरून त्यापूर्वी प्रचंड मोठी, अवजड अशी लष्करी वाहनं आणि रणगाडे गेले होते. त्यांच्या वजनाने किंवा हादऱ्यानेही त्या पुलाला काही झालं नव्हतं.

या प्रक्रियेला विज्ञानामध्ये रेझोनन्स (समगतिस्पंदन) असं म्हणतात. दोन वस्तूंमधल्या स्पंदनांच्या एकरूपतेला, एकतानतेला वैज्ञानिक भाषेत रेझोनन्स असं म्हणतात.

|| मुक्ताबाई मांडे भाजी पाठीवरी। ||

मुक्ताईला मांडे भाजण्यासाठी कुणी मडकं देईना. म्हणून ज्ञानेश्वरांनी स्वतःच्या पाठीवर मांडे भाजले होते, हे आपण वाचलं आहे. स्थिर विद्युत निर्माण होताना, विद्युत निर्माण करणाऱ्या वस्तूत उष्णता निर्माण होत नाही. ज्या वस्तू जवळ आहेत, त्यात होत असते, असं विज्ञान सांगतं. ज्ञानेश्वर हे महान योगी होते. त्यांनी याच शास्त्रीय तत्त्वाचा उपयोग केला असावा, असं काही अभ्यासकांचं मत आहे. हा कार्यकारण भाव न कळल्यामुळे तो चमत्कार वाटतो.

ज्ञानोबा माउलींच्या स्पंदनशक्तीची किमया

ज्ञानेश्वरीमध्ये जागोजागी दिलेल्या उपमा वाचतानाही आपण थक्क होतो! १६ वर्षांच्या या तेजःपुंज अविवाहित तरुणाने इतक्या कोवळ्या वयात स्त्री, पुरुष, प्रणय, भुंगा, प्रेमप्रसंग अशा अनेक गोष्टींचं केलेलं वर्णन वाचताना आपण थक्क होतो! फुलांच्या मनातले भाव सांगण्याइतकी तरलता त्यांच्याकडे कुठून आली असेल बरं! ज्ञानोबांनी या व्यक्ती, वस्तू यांच्याशी स्वतःची स्पंदगती जुळवल्यामुळे त्यावर ते इतकं अप्रतिम भाष्य करू शकले, असा निष्कर्ष काही प्रज्ञावंतांनी सखोल अभ्यासातून लिहून ठेवला आहे.

इतकी छान उदाहरणं पाहिल्यावर रेझोनन्स ही प्रक्रिया नक्कीच आपल्या लक्षात आली असेल. या रेझोनन्सच्या अत्याधुनिक तंत्रातून ध्यान कसं करता येत असेल, याबद्दलची उत्कंठाही खूप वाढली असेल ना!

आता 'मन ध्वनी अनुनाद तंत्र' हे ध्यान प्रत्यक्ष कसं करायचं हे समजून घेऊ या. हे ध्यान करताना आठ पायऱ्या समजून घेऊन केल्यास अधिक सोपं होईल.

आरामशीर स्थितीत पाठीवर झोपावं. सर्व सांधे शिथिल करावेत. शरीरात कुठे ताण जाणवत असेल तर मनानं तिथे जाऊन ते स्नायू शिथिल होत आहेत, अशी भावना मनात ठेवा.

प्रार्थना : महामृत्युंजय मंत्र

(पाठ नसल्यास नुसता ऐकावा.)

ॐ त्र्यम्बकं यजामहे।
सुगन्धिं पुष्टिवर्धनम्।
उर्वारुक मिव बन्धनान्।
मृत्योर्मुक्षीय मामृतात् ॥

ॐकार मंत्र

आहत (प्रत्यक्ष तोंडाने म्हणणे, उच्चार करणे)

ॐचं उच्चारण करताना, ध्वनिकंपनांमुळे निर्माण होणाऱ्या प्रतिध्वनीद्वारे आपलं मन हे शरीराशी जुळवून घेतलं जातं. अ-कार, उ-कार, म-कार आणि ॐकार आपली जागरूकता विकसित करण्यास, अधिक कार्यक्षमतेने विश्रांती अनुभवण्यास मदत करतात.

■ **'अ'चा उच्चार कसा करायचा?**

आपलं मन शरीराच्या कनिष्ठ भागावर एकाग्र करावं. शरीराचा कनिष्ठ भाग म्हणजे पायाच्या बोटांपासून ते कमरेपर्यंतचं शरीर. पायाच्या बोटांपासून ते कमरेपर्यंतचं सगळं शरीर पूर्णतः शिथिल करा... या भागात जाणवणाऱ्या संवेदना अनुभवा...

आता नाभीवर लक्ष एकाग्र करून तीन वेळा 'अ'चा उच्चार ('अ'कार) करा. तुमची सजगता वाढवा. शरीराच्या संवेदना जाणा.

■ 'उ'चा उच्चार कसा करायचा?

आता आपलं पूर्ण लक्ष शरीराच्या मध्य भागामध्ये आणा... शरीराचा मध्य भाग म्हणजे 'पोट, छाती, पाठ, खांदे, दोन्ही हात'... हा मध्य भाग पूर्णतः शिथिल करा... आता लक्ष हृदयावर केंद्रित करून तीन वेळा 'उ'चा उच्चार ('उ'कार) करावा... शरीराच्या मध्य भागात निर्माण होणारे तरंग अनुभवा.

■ 'म'चा उच्चार कसा करायचा?

आता आपलं लक्ष शरीराच्या ज्येष्ठ भागामध्ये न्यावं... संपूर्ण चेहरा, कपाळ, मस्तकाचा वरचा भाग आणि मागचा भाग मिळून शरीराचा ज्येष्ठ भाग समजला जातो. पूर्ण लक्ष मस्तकाच्या भागात न्या... मस्तिष्कावर लक्ष केंद्रित करून, तिथे निर्माण होणाऱ्या स्पंदनांची जाणीव अनुभवत तीन वेळा 'म'चा उच्चार ('म'कार) करावा... शरीराच्या ज्येष्ठ भागात संवेदना अनुभवा.

■ ॐकाराचा उच्चार कसा करायचा?

आपली जाणीव आता सर्व शरीरभर आतून फिरवा. संपूर्ण शरीरात निर्माण होणाऱ्या कंपनांचा अनुभव घेत आता आपल्याला तीन वेळा पूर्ण ॐकार म्हणायचा आहे. ॐकाराच्या उच्चारामुळे शरीर-मन आत्यंतिक शांत अशा स्थितीत पोहोचतं. एरवी मनाला सदोदित शरीराची जाणीव अखंडपणे असते. ॐकाराच्या त्रिवार उच्चारानंतर आता मात्र शरीराची मनाला होणारी जाणीव कमी-कमी होत जाते. 'या शरीरापेक्षा माझं अस्तित्व वेगळं आहे' अशी जाणीव निर्माण करून शवासनात निपचित पहुडलेल्या आपल्या शरीराकडे आपणच साक्षीत्वाने पाहत राहावं.

■ ॐकार मंत्र

अनाहत (प्रत्यक्ष तोंडाने न म्हणता, तो उच्चार फक्त मनाने करणे)

पायरी क्रमांक दोनमध्ये अ, उ, म आणि ॐचा उच्चार प्रत्येकी तीन वेळा आपण केला. आता तिसऱ्या पायरीवरही अ, उ, म आणि ॐचा उच्चार प्रत्येकी

तीन वेळा करायचा आहे. मात्र, मोठा बदल म्हणजे, हे सर्व उच्चार फक्त मनानेच करावेत.

या अनाहत अवस्थेतल्या अनुनाद लहरी अनुभवा.

महामृत्युंजय मंत्र

आहत (प्रत्यक्ष म्हणणे)

महामृत्युंजय मंत्र तीन वेळा तोंडाने म्हणावा किंवा ऐकावा.

अनाहत

महामृत्युंजय मंत्र तीन वेळा म्हणावा. (प्रत्यक्ष तोंडाने न म्हणता, तो उच्चार फक्त मनाने करावा.)

शांतता

आता असा अनुभव घ्यावा की,

ॐच्या अनुनादित लाटा वर-वर येत आहेत...

संपूर्ण शरीरात पसरत आहेत...

आपण आता अतीव शांत-शांत होत चाललेले आहोत...

या शांत स्थितीतच काही वेळ डुंबत राहावं.

■ मौन स्थिती अनुभवणं

या सगळ्या प्रक्रियेत आपण सहजरीत्या अंतर्मुख होतो. आपलं मन मौन स्थिती धारण करतं. ही मौन स्थिती अनुभवत राहावी.

■ संकल्प

'संकल्प' म्हणजे काय? तर, विचारपूर्वक योजलेला, योग्य रीतीने आणि किमान शब्द वापरून तयार केलेला 'सकारात्मक विचार'.

या स्थितीत आता मनात पुढीलपैकी कोणताही एक किंवा ओळीने सर्व संकल्प करावेत –

मी सदैव आनंदात आहे.

माझ्या सर्व पेशी आरोग्यसंपन्न, निरामय आरोग्याने परिपूर्ण आहेत.

माझी रोगप्रतिकारक्षमता अतिशय शक्तिशाली आहे.

मी अतिशय सर्जनशील आहे.
मी ऊर्जेने परिपूर्ण आहे.
चैतन्य हे माझं जन्मजात रूप आहे.

- **प्रार्थना**

आता आपण 'मन ध्वनी अनुनाद ध्याना'च्या अगदी अंतिम टप्प्यात आहोत. या ध्यान स्थितीतून बाहेर पडण्यापूर्वी उपनिषदातला पुढील मंत्र अगदी संथ, हळुवार आवाजात म्हणावा.

सर्वे भवन्तु सुखिनः सर्वे सन्तु निरामया।
सर्वे भद्राणि पश्यन्तु मा कश्चित् दुःखभाग् भवेत्।।
ॐ शांतीः शांतीः शांतीः।।

प्रत्येक जण आनंदी, रोगमुक्त असावा. प्रत्येक गोष्टीत चांगुलपणा आणि शुभ दिसावं. कोणीही दुःखी नसावं.

भक्तियोग

- रामरक्षा अवयव ध्यान
- शिव ध्यान
- कालभैरव ध्यान
- दुर्गा योग-शक्ती ध्यान
- ॐकार गणेश ध्यान

रामरक्षा अवयव ध्यान

सध्याच्या संगणक युगात सगळीकडे अतिशय तणावपूर्ण परिस्थिती आहे. अगदी शालेय विद्यार्थ्यांपासून ते नोकरदार, व्यावसायिकांपर्यंत सगळ्यांच्याच मनावर विलक्षण ताण आहे. या सर्वांसाठी योगाभ्यासातलं 'रामरक्षा अवयव ध्यान' हे फार उपयोगी ठरतं.

'प्रभू श्रीराम' हे आपल्या सगळ्यांचं आवडतं दैवत. या रामाचं सुंदर असं वर्णन करणारी बुधकौशिक ऋषींची अद्वितीय रचना म्हणजे रामरक्षा. रामरक्षेतल्या चौथ्या श्लोकापासून ते नवव्या श्लोकापर्यंत रामरायाने डोक्यापासून पायापर्यंत (आपादमस्तक) सर्व अवयवांचं रक्षण करावं, अशी प्रार्थना ऋषींनी केलेली आहे.

रामरायाचं 'राम' हे नाव राजा दशरथ आणि माता कौसल्येने उगीच आपलं छान वाटलं म्हणून ठेवलेलं नाही बरं का! त्यामागे किती मोठा अर्थ आहे हेही जाणून घेण्यासारखं आहे. काय आहेत राम या नावामागची वैशिष्ट्य...

- रा आणि म ही अक्षरं, 'राँ' या अग्निबीजापासून निर्माण झालेली आहेत.
- राँ या उच्चारामुळे शरीरातल्या नाभीचक्राला (सूर्याचं स्थान) प्रेरणा, चेतना मिळते.
- नाभीचक्राचा (मणिपूरचक्र) बीजमंत्र 'रं' आहे.

आता हे 'रामरक्षा अवयव ध्यान' कसं करायचं ते पाहू या.

- सहजस्थितीत बसावं.
- आपलं शरीर शिथिल, श्‍वसन संथ आणि मन शांत झालं आहे, अशी जाणीव निर्माण करावी.
- मुख्य म्हणजे, 'रामरक्षेतली अवयव ध्यान' ही संकल्पना आता मी अनुभवणार आहे, असा भाव धारण करावा.

यात महत्त्वाच्या २१ अवयवांचं रक्षण करण्याची प्रार्थना आपण रामाला करणार आहोत. ती करत असताना, प्रत्येक अवयवासाठी एक विशेषण असलेलं रामनाम आहे; त्याबरोबरच रामायणातल्या घटना जशा घडत गेल्या त्यांचा अनुक्रमसुद्धा आहे.

आता एकेक श्‍लोक पुढे दिल्याप्रमाणे म्हणत किंवा ऐकत जावा. त्याचा अर्थ आणि त्यानुसार त्या अवयवाचं ध्यान अशा क्रमाने एकेका अवयवाला मनाने स्पर्श करावा.

शिरो मे राघवः पातु

रघुकुळात उत्पन्न झालेल्या श्रीरामप्रभूंनी माझ्या मस्तकाचे रक्षण करावे!

भालं दशरथात्मजः ॥४॥

दशरथपुत्र माझ्या कपाळाचे रक्षण करोत!

कौसल्येयो दृशौ पातु

कौसल्यापुत्र माझ्या दृष्टीचे रक्षण करो!

विश्वामित्रप्रियः श्रुती।

विश्वामित्रांनी 'श्रुती'द्वारे (कान) रामावर विद्यासंस्कार केले.
विश्वामित्रांना प्रिय असणारे श्रीराम माझ्या कानांचे रक्षण करोत!

घ्राणं पातु मखत्राता

मख म्हणजे यज्ञ. त्राता म्हणजे रक्षण करणारा.
यज्ञाचे (मख) रक्षण (त्राता) करणारे श्रीराम माझ्या नाकाचे रक्षण करोत!

मुखं सौमित्रिवत्सलः ॥ ५ ॥

सुमित्रेचे ज्यांच्यावर प्रेम आहे ते श्रीराम माझ्या मुखाचे रक्षण करोत!

जिह्वां विद्यानिधिः पातु

जिभेच्या टोकावर विद्येचं भांडार असलेले राम माझ्या जिभेचे रक्षण करोत!

कण्ठं भरतवन्दितः।

भरताला अतिशय वंदनीय असे राम माझ्या कंठाचे रक्षण करोत!

स्कन्धौ दिव्यायुधः पातु

दिव्य शस्त्रास्त्रे खांद्यांवर असलेले राम माझ्या खांद्यांचे रक्षण करोत!

भुजौ भग्नेशकार्मुकः ॥ ६ ॥

दिव्य हातांनी शिवधनुष्याचा भंग करणारे श्रीराम (भग्न म्हणजे भंग करणे, ईश याचा इथे अर्थ शंकर, कार्मुक म्हणजे धनुष्य) माझ्या हातांचे रक्षण करोत!

करौ सीतापतिः पातु

सीतेचे रक्षण करणारे (सीतापती राम) माझ्या हातांचे रक्षण करोत!

हृदयं जामदग्न्यजित्।

जमदग्नीपुत्र परशुरामाला जिंकणारे राम माझ्या हृदयाचे रक्षण करोत!

मध्यं पातु खरध्वंसी

खर राक्षसाचा विध्वंस म्हणजेच नाश करणारे राम
माझ्या शरीराच्या मध्यभागाचे रक्षण करोत!

नाभिं जाम्बवदाश्रयः ॥ ७ ॥

जांबुवंताला आश्रय देणारे प्रभू माझ्या नाभीचे रक्षण करोत!

सुग्रीवेशः कटी पातु

सुग्रीवाचे देव माझ्या कमरेचे रक्षण करोत!

सक्थिनी हनुमत्प्रभुः।

हनुमंताचे प्रभु (म्हणजेच श्रीराम) दोन्ही जांघांचे रक्षण करोत!

ऊरू रघुत्तमः पातु
रक्षःकुलविनाशकृत् ॥ ८ ॥

राक्षसकुळांचा नाश करणारे, रघुकुळातले उत्तमपुरुष राम
माझ्या मांड्यांचे रक्षण करोत!

जानुनी सेतुकृत् पातु

सेतु बांधणारे राम माझ्या गुडघ्यांचे रक्षण करोत!
(सध्याच्या काळात चाळिशी ओलांडलेल्या बहुतांश लोकांना
अनेक कारणांमुळे गुडघ्यांचे नानाविध आजार होत आहेत.
या दृष्टीने पाहता आरोग्य चांगलं राहणं फार महत्त्वाचं आहे.)

जङ्घे दशमुखान्तकः।

दहा तोंडी रावणाचा अंत करणारे राम माझ्या दोन्ही पोटऱ्यांचे रक्षण करोत!

पादौ बिभीषणश्रीदः

बिभीषणाला राज्य, संपत्ती देणारे राम माझ्या पावलांचे रक्षण करोत!

पातु रामोऽखिलं वपुः ॥ ९ ॥

श्रीराम माझ्या सर्व शरीराचे रक्षण करोत!

लहान बाळं, छोटी मुलं, शालेय विद्यार्थी यांना झोपेत दचकणं, सतत आजारपण असे त्रास असतात. इतक्या लहानग्यांवर काय, कसे आणि किती उपचार करावेत, हे पालकांना लक्षात येत नाही. त्यांना या ध्यानाचे श्लोक रोज झोपताना अवश्य ऐकवावेत. मोठ्या माणसांमध्येही सध्या 'कुठल्यातरी अनामिक आणि अकारण भीतीने ग्रासलं जाणं' हा मानसिक आजार आढळतो आहे. 'आपलं काय होणार...' ही विवंचना तर प्रत्येकाच्याच मनात वाढत चालली आहे.

श्लोक मनात किंवा मोठ्याने म्हणताना आपलं लक्ष सहजच एकेका अवयवावर एकाग्र होतं... ध्यानाची स्थिती निर्माण होते... मन निर्विचार व्हायला लागतं. ध्यानसरावाने मनातली भीती निघून जाते... मन निरभ्र आकाशासारखं हलकं, प्रसन्न होतं!

शिव ध्यान

महाशिवरात्रीला केलं जाणारं 'ॐ नमः शिवाय' संकल्पदृश्य मंत्रध्यान.

या सृष्टीत निर्माण झालेल्या प्रत्येक घटकाला 'उत्पत्ती, स्थिती आणि लय' म्हणजेच 'जन्म, जीवन आणि मृत्यू' या चक्रातून अपरिहार्यपणे जावंच लागतं. या तीनही मोठ्या शक्ती आहेत. त्यांना आपल्या संस्कृतीने ब्रह्मा, विष्णू आणि महेश मानलेलं आहे. यातील जन्म हा आपल्या हातात नाही. आपलं जीवन हे योगाच्या साधनेने आपण अधिकाधिक सुंदर, आनंदमय असं व्यतीत करू शकतो. मात्र, जवळपास प्रत्येक मनुष्यप्राण्याला मृत्यूची भीती ही असतेच! पूर्णतः निसर्गाला अनुकूल असं जीवन जगता आलं तर कदाचित हा मृत्यू लांबवता येईल; पण टाळता काही येणार नाही.

परंतु लय या अवस्थेची, शक्तीची देवता असलेल्या शिवाच्या, शंकराच्या उपासनेने मृत्यूची भीती ही पूर्णपणे नाहीशी होऊ शकते. अर्थातच, त्यामुळे मृत्यू या अवस्थेचा स्वीकार हा आनंदाने, सहजगत्या होऊ शकतो.

भगवान शंकरांच्या उपासकांसाठी अत्यंत महत्त्वाचा दिवस म्हणजे 'महाशिवरात्र'. या दिवशी 'ॐ नमः शिवाय' या मंत्रासहित केलेलं शिव ध्यान हे जीवनात चिरकाल टिकणारं सुख, शांती, आनंद, आरोग्य देणारं ठरतं. हे ध्यान कसं करायचं ते पाहू या!

- सुखकारक अशा आसनात बसावं.
- डोळे मिटावेत.

- शरीर शिथिल, श्वसन संथ आणि मन शांत अशी स्थिती धारण करावी.

संकल्पदृश्य

मिटलेल्या डोळ्यांसमोर एक सुंदर असं दृश्य आता आपण साकार करणार आहोत. एक घनदाट, हिरवंगार अरण्य - जंगल आहे... जंगलाच्या अगदी आतमध्ये आपण आहोत... अतिशय दाट, गर्द झाडीने वेढलेलं, नितांत शांत आणि पवित्र असं हे ठिकाण आहे... समोर एक अतिशय भव्य आणि प्राचीन असं शंकराचं मंदिर आपल्याला दिसत आहे... अतिशय प्राचीन काळातलं, काळ्याभोर पाषाणात बांधलेलं, सुंदर कोरीव काम केलेलं, असं हे देखणं शिवालय, देवालय आहे... देवळाचा परिसर अतिशय सुंदर आणि रम्य वनश्रीने, वनराजीने नटलेला आहे... देवळामागे काही अंतरावर स्वच्छ, पांढऱ्याशुभ्र, फेसाळत्या अशा पाण्याचा झरा आहे... तिथे जाऊन आपण झऱ्याच्या पाण्याने हातपाय धुऊन शुचिर्भूत झालेले आहोत... अतिशय प्रसन्न आणि श्रद्धापूर्वक अंत:करणाने आपण आता देवळाच्या गाभाऱ्यात प्रवेश केला आहे... नुकतीच शंकराच्या पिंडीची पूजा झालेली आहे... काळ्याभोर दगडातली सुंदर, रेखीव अशी पिंड समोर दिसते आहे... पांढऱ्याशुभ्र सुवासिक फुलांनी ती सुशोभित केलेली आहे. त्या फुलांचा मंद, ओलसर गंध गाभाऱ्यात भरून राहिलेला आहे... अत्यंत भावपूर्ण अंत:करणाने आपण पिंडीजवळ जाऊन बसलेले आहोत... तितक्यात एका छोट्याश्या गोजिरवाण्या बाळाने दुडूदुडू धावत येऊन आपल्या हातात बिल्वदळांनी भरलेली परडी आणून दिलेली आहे... श्रद्धेने ओथंबलेल्या मनाने आपण 'ॐ नमः शिवाय' मंत्राचा एकेक शब्द, अगदी सावकाश, शांतपणे, संथपणे म्हणत बेलपत्र पिंडीवर वाहतो आहोत... शिवशक्तीच्या, लयतत्त्वाच्या सगुण साकार रूपाशी तन्मय होत त्या निर्गुणनिराकार लयतत्त्वाची प्रचिती, अनुभूती आपण घेत आहोत....

मंत्र अतिशय सावकाश, संथपणे कसा म्हणायचा, ते समजून घेऊ या.

ऽ ही खूण किती वेळा दिली आहे यावरून, ते अक्षर किंवा शब्द किती लांबवायचा, याची आपल्याला कल्पना येईल.

'ओऽऽऽऽम' असं म्हणून काही सेकंद थांबावं.

मग 'नमःऽऽ' म्हटल्यावर परत काही सेकंद थांबावं.

शेवटी 'शिऽऽवाऽऽऽऽऽय' म्हणून काही सेकंद थांबावं

प्रत्येक शब्द अत्यंत संथ, शांत, हळुवार आवाजात म्हटला जातो आहे यावर लक्ष ठेवावं.

ओऽऽऽऽम नमः ऽऽ शिऽऽवाऽऽऽऽऽय।
ओऽऽऽऽम नमः ऽऽ शिऽऽवाऽऽऽऽऽय।
ओऽऽऽऽम नमः ऽऽ शिऽऽवाऽऽऽऽऽय।

पाच-सहा वेळा अगदी एकाग्रतेने मंत्र म्हटल्यास आपण सहजगत्या ध्यानस्थितीत जातो.

नामजपाच्या उच्चाराची स्पंदनं, कंपनं यामुळे आपल्या मनाचा, हृदयाचा गाभारा उजळून निघालेला आहे. अतिशय प्रगाढ, प्रदीर्घ, सखोल अशी ध्यानाची अवस्था अनुभवत काही क्षण ध्यान करावं. हे ध्यान करण्यासाठी आपण काही फार थोर, दीर्घ अनुभवी साधक असण्याची बिलकुल गरज नाही. अगदी नवशिक्या साधकांनाही निस्तरंग ध्यानाचा (मनात एकही तरंग उमटलेला नाही अशी अवस्था म्हमजे निस्तरंग अवस्था) हा अनुभव नक्की येतो. या ध्यानपद्धतीमध्ये मंत्र खूप मोठ्या संख्येने, मोठ्या आवाजात म्हणणं अजिबात अपेक्षित नाही.

शिवरात्रीच्या परमपवित्र मुहूर्तावर मन अशा सुंदर, सात्त्विक दृश्यावर एकाग्र करून ध्यान केल्यामुळे, ध्यानाची परिणामकारकता अनेक पटींनी वाढते. हे ध्यान फक्त शिवरात्रीपुरतं न करता पुढे दररोज करावं. मृत्यूची भीती नाहीशी होऊन, निरामय आरोग्य लाभल्यामुळे समस्या कमी झाल्या किंवा नाहीशा झाल्या, असा अनुभव हे ध्यान करणाऱ्या असंख्य शिव-उपासकांनी घेतलेला आहे.

कालभैरव ध्यान

कालभैरव किंवा काळभैरव हे भगवान शंकराचंच एक वेगळं, वैशिष्ट्यपूर्ण रूप समजलं जातं. या कालभैरवावर प्राचीन काळी एक स्तोत्र रचलं गेलं. शिवभक्त हे सदैव या स्तोत्राचं उच्चारण करून भगवान शंकराची उपासना करतात. अशा या कालभैरव स्तोत्रावर फार वर्षांपूर्वी जर्मनीमध्ये एक पूर्णपणे शास्त्रीय संशोधन झालं होतं. खरंतर कालभैरव हे आपलंच प्राचीन दैवत आहे. मात्र, दुर्दैव असं, की भारतीय लोकांना याबद्दल फारशी कल्पना नाही. या 'मंत्रध्यान संशोधना'विषयीची घटना सर्वच शिवभक्तांची, ध्यानसाधकांची श्रद्धा वाढवणारी आहे.

काही वर्षांपूर्वी योगशास्त्रावर व्याख्याने देण्यासाठी जर्मनीला भेट देण्याची संधी मला मिळाली. 'कुठलाही मंत्र किंवा बीजमंत्र म्हणजे नक्की काय? एखाद्या 'बी'मध्ये पूर्ण वृक्ष सामावलेला असतो, त्याप्रमाणे मंत्राच्या प्रत्येक अक्षरात अनेक शक्ती एकवटलेल्या असतात.' असा उल्लेख माझ्या एका भाषणात आला. हे ऐकल्यानंतर श्रोत्यांपैकी एक वयोवृद्ध योगसाधक मला आवर्जून भेटायला आले. त्यांना स्तोत्र, मंत्र, बीजमंत्र यात विशेष रस तर होताच; याशिवाय, अनेक वर्षं स्वतः प्रत्यक्ष साधना करून अनुभूती घेतलेली असल्यामुळे या क्षेत्रात त्यांना चांगली गतीही प्राप्त झाली होती. आम्हा दोघांमध्ये योगविषयक बरीच चर्चा झाली. त्या वेळी त्या वृद्ध साधकांना जर्मनीत घडलेली, अक्षरशः चमत्कार वाटावा अशी विलक्षण सत्य घटना आठवली. ती त्यांनी मला सांगितली. ही घटना बरीच जुनी, म्हणजे साधारण ६०-७० वर्षांपूर्वीची असावी.

मंत्रध्यानाच्या अद्भुत शक्तीविषयी अनेक वर्षांपूर्वी जर्मनीत एक संशोधन झालं. जर्मनीमध्ये फिनलाँग नावाच्या एक संशोधिका होत्या. जर्मनीत शिकण्यासाठी आलेल्या काही भारतीय विद्यार्थ्यांनी म्हटलेलं कालभैरव स्तोत्र योगायोगाने त्यांच्या कानांवर पडलं. ते उच्चार त्यांना अतिशय अद्भुत वाटले. काही क्षण त्या अगदी मंत्रमुग्ध झाल्या! त्यांच्या दृष्टीने ती एक वेगळीच भारावलेली स्थिती होती. तो अनुभव त्यांना विलक्षण आनंददायी, दुर्मीळ वाटला. या स्तोत्राबद्दल त्यांच्या मनात विलक्षण ओढ निर्माण झाली. स्वतःला आलेल्या या अभूतपूर्व अशा अनुभूतीबद्दल त्या सतत विचार करू लागल्या. त्यांच्यातली संशोधनवृत्ती जागृत झाली. यावर सखोल अभ्यास करायचं त्यांनी ठरवलं.

त्यासाठी एक रेखाचित्र काढणारं स्वयंचलित यंत्र त्यांनी तयार करून घेतलं. या यंत्रात आरेखन करणारी एक पेन्सिल होती. त्या पेन्सिलीला आवाजाची सूक्ष्मातिसूक्ष्म कंपनं अतिशय बारकाईने टिपणारा एक इलेक्ट्रॉनिक सेन्सर जोडलेला होता. जर्मनी हा त्या काळातही तंत्रज्ञानात सर्वोच्च स्थान असलेला असा देश होता आणि आजही त्या देशाने ते स्थान गमावलेलं नाही! असं असलं तरीही हे आगळंवेगळं, वैशिष्ट्यपूर्ण यंत्र तयार करण्यासाठी त्यांना खूपच यातायात करावी लागली.

गेल्या अनेक शतकात जर्मन लोक प्राच्यविद्या, वेद, आयुर्वेद शिकण्यासाठी घरदार सोडून भारतात येऊन राहतात हे आपण पाहिलेलं आहे. मंत्रध्यानाचा वेध घेण्यासाठी या विदुषीने उपसलेले कष्टही असेच कौतुकास्पद होते. या जिद्दी महिलेने अतिशय शांत, माणसांचा वावर नसलेली अशी एक जागा शोधून काढली. या जागेत विद्यार्थ्यांना आणलं. त्यांना या यंत्रासमोर बसवलं. त्यांना कालभैरव स्तोत्र म्हणत ध्यान करायला सांगितलं.

सुरुवातीच्या काही प्रयत्नात, मंत्रांच्या उच्चारणामुळे यंत्रातील कागदावर उमटलेली रेखाचित्रं ही फारशी सुबक, स्पष्ट नव्हती. तरीही हार न मानता फिनलाँग यांनी या विद्यार्थ्यांना, अधिकाधिक एकाग्रता, धीरगंभीरता आणि श्रद्धा धारण करून स्तोत्राचं उच्चारण करत ध्यान

करायला सांगितलं. अनेक प्रयत्नांनंतर समोर ठेवलेल्या कागदावर प्रत्यक्ष कालभैरवाची प्रतिमा साकार झाली. ही घटना घडत असताना, त्या शास्त्रज्ञ बाईंचे पाच-सहा वैज्ञानिक असलेले मित्रही उपस्थित होते. या प्रयोगाची माहिती संशोधिकेने त्या काळातील सुप्रसिद्ध असलेल्या एका सायन्स जर्नलमध्ये प्रसिद्धही केली.

हा सगळा प्रसंग मला सांगत असताना जर्मनीतले ते वृद्ध साधक अतिशय भावुक झाले होते. त्यांच्या डोळ्यांत पाणी तरळलं. दुर्भाग्य असं की, या घटनेचा कोणताही पुरावा (एखादा फोटो किंवा जर्नलची प्रत इत्यादी) आता त्यांच्याकडे उपलब्ध नाही. मात्र, ॐकार, गायत्री मंत्र, महामृत्युंजय मंत्र या व अशा अनेक दिव्य सिद्धमंत्रांच्या श्रद्धापूर्वक, दीर्घ काळ केलेल्या साधनेचा विलक्षण अनुभव साधकाला अगदी नक्की मिळतो. हा अनेकांना आलेला अगदी प्रत्यक्ष अनुभव आहे. भारतात परत आल्यावर मी संशोधनाची ही माहिती विविध माध्यमांतून प्रसिद्ध केली. ती वाचून भारत आणि परदेशातल्या असंख्य योगसाधकांनी माझ्याशी संपर्क साधला.

मंत्रध्यानाची शक्ती सिद्ध करणाऱ्या या संशोधनाबद्दल वाचून योगसाधकांच्या मनातली श्रद्धा नक्कीच आणखीन दृढ होईल. त्यांनीही हे कालभैरव स्तोत्र शिकून घेऊन ध्यान करायला अवश्य सुरुवात करावी. मन पूर्णपणे एकाग्र करून शास्त्रोक्तरीत्या ते म्हणत गेल्यास साधक सहजगत्या ध्यानाच्या स्थितीत जातो.

दुर्गा योग-शक्ती ध्यान

मागच्या प्रकरणात आपण 'गायत्री ध्यान' पाहिलं. 'दुर्गेच्या शक्तीचं ध्यान कसं करावं?' असा प्रश्न अनेकांच्या मनात असतो.

नवरात्रात नऊ दिवस आणि नऊ रात्री ठिकठिकाणी रास गरबा, भोंडला, देवी जागरण, श्रीसूक्त पठण असे भरगच्च सांस्कृतिक, धार्मिक कार्यक्रम होत असतात. सगळं वातावरण भक्तिमय झालेलं असतं. घरोघरी माता-भगिनी त्या-त्या दिवसाच्या रंगानुसार साड्या परिधान करून देवीच्या दर्शनाला लगबगीने जाताना दिसतात. हे सगळं खूप छान आहे. मात्र, हे सगळं करत असतानाच, आपल्या आत असलेल्या एका मोठ्या शक्तीला ओळखणं हेही गरजेचं आहे. या शक्तीलाच आपण आत्मशक्ती, प्राणशक्ती, कुंडलिनीशक्ती अशा वेगवेगळ्या नावांनी ओळखतो. त्या निर्गुण, निराकार शक्तीचं प्रकट, सगुण, साकार रूप म्हणजे देवी, भवानी, जगदंबा यांच्या मूर्ती. आपण अतीव श्रद्धेने, भक्तीने त्यांची आराधना, पूजा करतो. नवरात्रीच्या काळात विशिष्ट मंत्र, श्लोक, दुर्गा सप्तशतीमधली प्रार्थना म्हणून केलेलं 'दुर्गा योग-शक्ती ध्यान' हेही अतिशय प्रभावी ठरतं.

ते ध्यान कसं करायचं ते आता आपण पाहू या.

- साधारण आठ ते दहा मिनिटं आपल्याला अगदी सहज, सुखावह स्थितीत बसता येईल अशा कुठल्याही आरामशीर आसनात बसावं.
- डोळे शांत मिटलेले असावेत.

- शरीर शिथिल, श्वसन संथ आणि मन शांत अशी स्थिती धारण करण्याचा प्रयत्न करावा.
- मिटलेल्या डोळ्यांसमोर आदिशक्ती, आदिमाया, कुंडलिनी जगदंबा अशा देवीच्या नानाविध रूपांपैकी जे कुठलं रूप आपल्याला अधिक आवडतं, भावतं ते साकार करावं.
- त्या रूपाशी आपण पूर्णपणे एकाकार, तल्लीन, एकाग्र होत आहोत अशी भावना मनात निर्माण करावी.
- आता पुढील प्रार्थना म्हणावी. आपल्याला पाठ असेल तर चांगलंच आहे. नाहीतर मग दुसऱ्या कुणी म्हटलेली प्रार्थना आपण ऐकावी.

दुर्गे स्मृता हरसि भीतिमशेषजन्तोः
स्वस्थैः स्मृता मतिमतीव शुभां ददासि।
दारिद्र्यदुःखभयहारिणि का त्वदन्या
सर्वोपकारकरणाय। सदार्द्रचित्ता।।

सर्व मंगल मांगल्ये शिवे सर्वार्थ साधिके।
शरण्ये त्र्यम्बके गौरी नारायणी नमोस्तुते।।

या देवी सर्वभूतेषु शक्ति-रूपेण संस्थिता।
नमस्तस्यै नमस्तस्यै। नमस्तस्यै नमो नमः॥

मार्कंडेय पुराण - दुर्गा सप्तशती

मार्कंडेय पुराण हे आपल्या परंपरेत सगळ्यांत प्राचीन समजलं जातं. 'दुर्गा सप्तशती' हा त्यातलाच एक भाग आहे. विश्वशक्तीचं स्वरूप सुंदररीत्या उलगडून दाखवणारा असा हा अद्वितीय भाग आहे.

प्रार्थना म्हणून झाल्यावर पुढचे काही क्षण डोळे तसेच शांत मिटलेले

ठेवावेत. नंतर अगदी सावकाश या ध्यानाच्या स्थितीतून बाहेर यावं... एक हळुवार श्वास घ्यावा... तसाच तो अगदी हळुवार सोडावा... आपल्या हाताच्या, पायाच्या बोटांची हळुवार हालचाल करावी... दोन्ही हातांचे तळवे अगदी अलगद डोळ्यांवरून फिरवून सावकाश डोळे उघडावेत.

दुर्गेचं नाम, वर्णन, महिमा या मंत्राच्या माध्यमातून आपण समजून घेत असतो. शरीर आणि मनाचं आरोग्य सर्वोत्तम राखणारी एक अफाट अशी शक्ती आपल्या सर्वांच्याच आतमध्ये सदैव वास करते आहे.

या प्रक्रियेतून उत्पन्न होत असलेल्या स्पंदनातून, कंपनातून ती जागृत होऊ लागते; त्याबरोबरच आपल्या अंतःकरणातला भाव, भक्ती, श्रद्धा हे दैवी गुण उत्कटतेच्या चरमसीमेवर येतात. या सगळ्यांचं मिळून एक अद्‌भुत असं रसायन तयार होतं. त्याचा परिणाम आपल्या आतबाहेर, तसंच आजूबाजूचं वातावरण यांच्यावर निश्चितपणे होतो. आपलं मन अगदी सहजगत्या, सहजरीत्या अंतर्मुख होऊन, आपल्या अंत:स्थ शक्तीशी एकरूप होतं. ज्ञानोबा माउलींनी या शक्तीलाच 'कुंडलिनी जगदंबा' असं म्हटलेलं आहे. या कुंडलिनी शक्तीचा विकास, तिचं जागरण, तिचं उत्थापन करण्यासाठी 'दुर्गा योग शक्ती ध्याना'चा अतिशय चांगला उपयोग होतो.

आदि शंकराचार्यांनी रचलेलं सौंदर्यलहरी नावाचं एक स्तोत्र आहे. त्यात ते म्हणतात, 'शक्ती नसेल तर 'शिव' हा 'शव' आहे.' तो स्वतःहून मायेचं साहाय्य घेतल्यावाचून दृश्यजगत्‌ निर्माण करू शकत नाही. या मायेचा आवाका एवढा प्रचंड आहे, की अतिशय ज्ञानी व्यक्तीदेखील तिच्या कचाट्यातून मुक्त होऊ शकत नाहीत. अनेक ज्ञानी लोक या ब्रह्म आणि मायेविषयी गुरू व ग्रंथ यांच्या माध्यमातून ज्ञान मिळवतात. तरीही, या मायेची पकड इतकी विलक्षण आहे, की त्यांची त्यातून मुक्तता होऊ शकत नाही. या मायेच्या आवरणातून मुक्त व्हायचं असेल तर जगन्मातेलाच शरण गेलं पाहिजे. हे ध्यान करताना जगदंबेला आंतरिक प्रार्थना करावी, की तुझ्या आशीर्वादाने माझ्या बुद्धीवरील मायेचं आवरण दूर व्हावं!

हे ध्यान करायला लागल्यावर आपल्या मनातले ताणतणाव, काळज्या, चिंता, किल्मिषं कुठच्याकुठे दूर पळून जातात. हा अनुभव आपण सगळ्यांनी नक्कीच घ्यायला हवा!

ॐकार गणेश ध्यान

श्रावण महिना संपत आला की सगळ्यांना वेध लागतात ते गणेशोत्सवाचे... कधी एकदा आपल्या लाडक्या गणपतीबाप्पांचं आगमन घरात होईल असं होऊन जातं! सगळीकडे गणेशोत्सव अतिशय उत्साहाने साजरा केला जातो. या उत्सवात बाप्पांच्या साग्रसंगीत पूजेबरोबरच अथर्वशीर्षासारखी गणपतीची स्तोत्रंही नक्कीच अपार आनंद देतात. मात्र, ज्यांना संस्कृत भाषा अवघड वाटते, त्यांच्यासाठी लंबोदराचं सहजसुंदर ध्यान कसं करायचं ते बघू या!

आपल्या परंपरेत ॐकाराची उपासना विविध पद्धतीने सांगितली गेली आहे. गणेश हे ॐकारातून प्रकटलेलं ईश्वराचं रूप समजलं जातं.

पतंजली महामुनींनी सांगितलेली ॐकार उपासना

पतंजली ऋषींनी ॐकाराची उपासना कशी करावी हे दोनच सूत्रांत सांगितलं आहे.

तस्य वाचकः प्रणवः।
तद् जपस् तदर्थ भावनम्।।

'तस्य वाचकः प्रणवः।' या सूत्राचा अर्थ 'त्या निर्गुण, निराकार ईश्वराचं सगुण, साकार रूप म्हणजे ॐकार' असा आहे. तसंच या ॐकाराचं ध्यान कसं करावं हे पुढच्या सूत्रात सांगितलेलं आहे.

'तद् जपस् तदर्थ भावनम्।।' या 'निराकार ईश्वराचं सगुण साकार रूप म्हणजे ॐकार' ही भावना मनात जागृत ठेवून ॐकाराचं ध्यान करावं.

ज्ञानेश्वरांनी सांगितलेली ॐकार आणि गणेशाची एकरूपता

'ॐ नमोजी आद्या। वेद प्रतिपाद्या।
जय जय स्वसंवेद्या। आत्मरूपा ॥
देवा तूंचि गणेशु।

ज्ञानोबा माउलींनी या काव्यपंक्तीतून गणेश आणि ॐकार हे एकच आहेत हे दाखवून दिलं आहे. ॐकाराचा प्रत्येक भाग आणि बाप्पांचं शरीर यातलं साधर्म्यही ते किती सुंदर रीतीने उलगडून दाखवतात पाहा!

अकार चरण युगुल।
उकार उदर विशाल।
मकार महामंडल। मस्तकाकारे।

ॐकार हा आपण उभा पाहतो. तो आडवा केला तर ॐकारातला अकार म्हणजे दोन पाय, उकार हे पोट, तर वरचा अर्धचंद्र तोंडाप्रमाणे दिसतो.

हे ॐकारातलं गणेशवंदन ज्ञानेश्वरीमध्ये लिहून ठेवलेलं आहे.

जया ॐकाराचे कुशी।
अक्षरे होती अ उ म करेंसी।।९-२७६।।

अ, उ, म ही तीन अक्षरं, अर्धचंद्र आणि त्यावरचा अनुस्वार मिळून ॐ हा साडेतीन मात्रांचा बनलेला आहे. पतंजली आणि ज्ञानेश्वरांनी विशद केलेलं ओंकार आणि गणेशाचं रूप समजून घेतल्यावर आता आपण त्या ॐकाररूप गणेशाचं प्रत्यक्ष ध्यान कसं करायचं ते पाहू या.

- स्वच्छ, मऊसर, सुती वस्त्रावर बसावं.
- कुठलंही ध्यानात्मक आसन किंवा सुखासन निवडावं.

- शरीर शिथिल, श्वसन संथ आणि मन शांत अशी स्थिती धारण करावी.
- पाठीचा कणा सरळ ठेवावा. डोळे अलगद मिटून घ्यावेत.
- शरीरावरील ताण जाणीवपूर्वक कमी करावा.
- मिटलेल्या डोळ्यांसमोर गणपतीबाप्पाचं आवडतं रूप आणावं. त्याच वेळी म्हटल्या जाणाऱ्या ॐकाराशीही हळूहळू एकरूप होत जावं.

ॐकार कसा म्हणायचा ?

दीर्घ श्वास घ्यावा... श्वास सोडताना आधी 'अ'चा उच्चार करावा... नंतर ओठांचा चंबू करत 'उ'चा उच्चार... आणि शेवटी अलगद ओठ मिटून 'म'चा उच्चार करावा.

ॐकाराचे अतिशय सखोल असे परिणाम आपल्याला शारीरिक, मानसिक, वैचारिक, भावनिक अशा सर्वच स्तरांवर जाणवतात.

- **शारीरिक फायदे**

ॐकार म्हणताना शरीरातली प्रत्येक पेशी अतिशय हलकी, चैतन्यमय होते. ॐकाराच्या कंपनांमुळे पिट्यूटरी ग्रंथीला उत्तेजना मिळून अंतःस्रावी ग्रंथींचं कार्य सुधारतं. रक्तदाब, थायरॉईड, मधुमेह, भावनिक असंतुलन, मासिक पाळीचे त्रास हे आजार कमी होत जातात. हृदय, मेंदू, फुप्फुसं अशा महत्त्वाच्या अवयवांचं कार्य सुधारतं.

- **मानसिक फायदे**

साधक आंतरिक आनंद आणि शांतता अनुभवायला लागतो. मन अतिशय शांत होतं. मानसिक ताण कमी झाल्याने अनामिक भीती (फोबिया), एंक्झायटी, नैराश्य (डिप्रेशन) हे मनाचे आजार कमी होतात.

- **आध्यात्मिक फायदे**

कुंडलिनी शक्ती ही मूलाधार चक्रात सुप्तावस्थेत असते. कुंडलिनीचं रूप हे 'साडेतीन वेटोळे' घातलेल्या नागाच्या पिल्लाप्रमाणे आहे. या शक्तीची देवता 'गणपती' आहे. गणपतीचं अतिसूक्ष्म बीजरूप म्हणजे ॐकार. ॐकार हाही 'साडेतीन मात्रांचा' आहे.

ॐकार आणि गणेशाच्या एकत्रित उपासनेमुळे उन्मनी अवस्था प्राप्त होते. मन हे अंतिम सत्याचा शोध घेऊ लागतं. एक प्रकारच्या नादसमाधीचा प्रत्यय येतो.

मंत्रयोग

- गायत्री ध्यान
- 'नम् म्योहो रेंगे क्यो' जपानी मंत्रध्यान
- षटचक्र ध्यान

गायत्री ध्यान

'ध्यानाची आवड असणारे, देवीचे, शक्तीचे उपासक नेहमी एक प्रश्न विचारतात : आदिशक्तीची उपासना करायची असेल तर कुठलं ध्यान अधिक परिणामकारक ठरेल? विशेषतः नवरात्रात याबद्दल जास्त विचारणा होते. या दृष्टीने 'गायत्री ध्यान' हे अतिशय प्रभावी ठरतं.

गायत्री मंत्र

भारतात हजारो वर्षांपूर्वी वेदांची निर्मिती झाली. ऋग्वेद, यजुर्वेद, सामवेद आणि अथर्ववेद अशी या चार वेदांची नावं आहेत. त्यापैकी एक महत्त्वाचा समजला जाणारा वेद म्हणजे ऋग्वेद. ऋग्वेदातलीच एक ऋचा ही मंत्राप्रमाणे गायत्री छंदात म्हटली जाते. अतिशय दिव्य अशा सविताशक्तीच्या उपासनेचा हा मंत्र म्हणजेच गायत्री मंत्र. या मंत्राच्या उच्चाराने साधकांचं मन हे ध्यानात जाणिवेच्या सर्वोच्च पातळीवर जाऊन पोहोचतं. गायत्री मंत्राचे तीन प्रकार आहेत :

ऋग्वेदातला गायत्री मंत्र हा मूळ मंत्र मानला जातो. तो पुढीलप्रमाणे :

तत्सवितुर्वरेण्यं।
भर्गो देवस्य धीमहि।
धियो यो नः प्रचोदयात्।

यजुर्वेदातला गायत्री मंत्र

ऋग्वेदातल्या मूळ गायत्री मंत्राआधी 'ॐ भूर्भुवः स्वः' हा मंत्र जोडला की यजुर्वेदातला गायत्री मंत्र तयार होतो. यालाच 'गायत्री महामंत्र' असं म्हटलं जातं.

यजुर्वेदातला 'ॐ भूर्भुवः स्वः' हा मंत्र मूळ गायत्री मंत्राला जोडला की 'गायत्री महामंत्र' तयार होतो.

यजुर्वेदातला 'गायत्री महामंत्र' असा आहे :

ॐ भूर्भुवः स्वः।
तत्सवितुर्वरेण्यं।
भर्गो देवस्य धीमहि।
धियो यो नः प्रचोदयात्।

'त्रिप्रणव गायत्री मंत्र'

योगसाधनेत ॐकाराला 'प्रणव' अशी संज्ञा आहे. गायत्री महामंत्रात तीन वेळा प्रणव म्हणजेच ॐकार गुंफला की त्याचा 'त्रिप्रणव गायत्री मंत्र' तयार होतो. 'तीन वेळा ओंकार' म्हणजे एका अर्थाने 'आपल्या जाणिवेमध्ये प्रणवशक्तीचा अविष्कार होणं' आहे. म्हणूनच, हा अतिशय शक्तिशाली असा मंत्र मानला जातो.

त्रिप्रणव गायत्री मंत्र असा आहे :

ॐ भूर्भुवः स्वः।
ॐ तत्सवितुर्वरेण्यं।
भर्गो देवस्य धीमहि।
धियो यो नः प्रचोदयात् ॐ।

गायत्री ध्यान करताना 'त्रिप्रणव गायत्री मंत्र' म्हटला तर ते ध्यान सगळ्यांत जास्त प्रभावी होतं, असा अनुभव माझ्या साधकांनी घेतलेला आहे.

गायत्री मंत्राची रचना आणि स्वरूप

२४ अक्षरांच्या अतिशय वैशिष्ट्यपूर्ण रचनेतून गायत्री मंत्र साकार झाला आहे. यातलं प्रत्येक अक्षर हे एकेका विशिष्ट अशा दैवी शक्तीचं द्योतक मानलं जातं. या २४ विशिष्ट दैवी शक्ती म्हणजे, अग्नी, वायू, सूर्य, आकाश, यम, वरुण, पर्जन्य, बृहस्पती, इंद्र, गंधर्व, पूषा, मित्र, त्वष्टा, वसु, मरुद्गण, सोम, अंगिरा, विश्वदेव, अश्विनीकुमार, प्रजापती, संपूर्ण देवता, ब्रह्मा, विष्णू आणि महेश (रूद्र - शंकर) या त्रिमूर्ती.

आता हे ध्यान कसं करायचं ते पाहू या.

कुठल्याही ध्यानात्मक आसनात आरामशीर वाटेल असं बसावं.

ॐ भूर्भुवः स्वः।
ॐ तत्सवितुर्वरेण्यं।
भर्गो देवस्य धीमहि।
धियो यो नः प्रचोदयात् ॐ।

हा मंत्र अगदी सावकाश, हळुवारपणे, किमान अकरा वेळा म्हणावा. प्रत्येक अक्षराचा उच्चार करताना जी स्पंदनं निर्माण होतात, ती अगदी एकाग्रतेने अनुभवावी. ध्यान करताना 'मंत्र किती वेळा म्हटला, यापेक्षा तो कसा म्हटला' याला सर्वाधिक महत्त्व आहे, हे लक्षात ठेवावं.

गायत्रीवरील शास्त्रशुद्ध वैज्ञानिक संशोधन

गायत्री मंत्र आणि गायत्री ध्यानाची पद्धत ही अतिप्राचीन आहे. मात्र या दोन्हीवर संपूर्ण जगभरात विस्तृत संशोधन झालं आहे. डॉ. हॉवर्ड स्टींजेरिल यांनी हॅम्बर्ग विद्यापीठामध्ये गायत्री मंत्रावर संशोधन केलं आहे. त्यावर आधारित असा एक शोधनिबंधही त्यांनी प्रकाशित केला. 'शरीरविज्ञान प्रयोगशाळेत' त्यांनी गायत्री मंत्राच्या उच्चाराची शक्ती तपासली. गायत्री मंत्राच्या नादातून थोड्याथोडक्या नाही, तर प्रति सेकंद एक लाख दहा हजार ध्वनिलहरी निर्माण होतात, असं त्यांच्या लक्षात आल्यावर ते आश्चर्यचकित झाले! गायत्री मंत्रामध्ये २४ अक्षरं आहेत. प्रत्येक अक्षरातून आपल्या आत असलेली सूक्ष्म जाणीव, ऊर्जाक्षेत्र, चुंबकीय क्षेत्र यावर सखोल परिणाम दिसून येतो. एका अर्थाने याच शरीरातल्या 'सुपर नॅचरल पॉवर्स' आहेत. त्या जागृत करण्याचं सामर्थ्य गायत्री मंत्रात आहे.

या ध्यानाचे परिणाम पुढीलप्रमाणे आढळून आले आहेत :

- विद्यार्थ्यांच्या बुद्धिमत्तेत, स्मरणशक्तीत, एकाग्रतेत वाढ होते.
- शरीरातली षटचक्रं उत्तेजित होतात.
- अचेतन शक्तिकेंद्रांना चेतना मिळते.

उच्चारशास्त्र हे एक वैशिष्ट्यपूर्ण असं वेगळं शास्त्र आहे. उच्चारशास्त्राच्या अभ्यासकांनीही गायत्री मंत्रावर विपुल संशोधन केलं आहे. हे अभ्यासक म्हणतात की, 'चोवीस अक्षरांचा वारंवार होणारा नाद' हा 'मज्जातंतूमध्ये अनुनाद' निर्माण करतो. त्या वेळी ओठ, मेंदूतील नाड्या, टाळू, जिभेवर येणारा दाब हा विशेष प्रकारचा असा असतो. नाड्यांमध्ये यामुळे चुंबकीय आसक्ती निर्माण होते. त्यातूनच इलेक्ट्रोमॅग्नेटिक लहरी उत्पन्न होतात.

सर्वशक्तिमान समजल्या जाणाऱ्या या गायत्री मंत्रावर आधारित ध्यान खरंतर नियमितपणे करायला हवं. तसंच नवरात्रीच्या नऊ दिवसांमध्ये येणारी या ध्यानाची विशेष अनुभूती काय असते, याचीही ओळख करून घ्यायला हवी.

'नम् म्योहो रेंगे क्यो' जपानी मंत्रध्यान

योगाची आवड असणाऱ्या मंडळींमध्ये नेहमीच नवनवीन योगासनं शिकण्याची उत्सुकता असते. ध्यानाच्या बाबतीतही हे घडतं. खरंतर ध्यानविद्येचं मार्गदर्शन करणाऱ्या जाणकार प्रशिक्षकांचं मत याहून पूर्ण वेगळं आहे. त्यांच्या म्हणण्यानुसार, साधकाने सुरुवातीला नाना प्रकारे केल्या जाणाऱ्या ध्यानपद्धतींच्या बाबतीत जरूर चोखंदळ असावं. मात्र, एकदा एखाद्या पद्धतीचा स्वीकार केल्यानंतर त्यात बदल न करता, वर्षानुवर्षं तोच प्रकार अनुसरत राहावा. त्यात मिळणाऱ्या सूक्ष्म, तरल प्रत्ययांमध्ये अधिकाधिक खोल उतरत राहावं.

भारतातल्या ऋषीमुनींनी हजारो वर्षांपासून तपाचरण करून सामान्य माणसासाठी ध्यानाच्या नानाविध प्रणाली विकसित केल्या. आशिया खंडातल्या तिबेट, जपान अशा देशांतले लामा, बौद्ध धर्मगुरूही याबाबतीत मागे नव्हते. जपानमध्ये 'नम् म्योहो रेंगे क्यो' हे ध्यान असंच काहीशे वर्षांपूर्वी उदयाला आलं. आजच्या घडीला जपानमधले लाखो साधक या सर्वोत्तम ध्यानाची प्रचिती घेत आहेत. आपणही त्याविषयी माहिती घेऊ या!

काही शतकांपूर्वी शाक्यमुनींनी (म्हणजेच गौतम बुद्ध) बौद्ध साधकांच्या आध्यात्मिक विकासासाठी 'कमलसूत्र' (लोटससूत्र) या विचारपद्धतीची रचना केली. पुढे काळाच्या ओघात ती मागे पडत गेली. तेराव्या शतकाच्या सुमारास जपान देशात अतिशय अशांतता माजली होती. ही परिस्थिती आटोक्यात आणून लोकांना परत शांत जीवन जगता यावं म्हणून निचिकेन नावाच्या गुरूंनी हे

'कमलसूत्र' पुनःप्रस्थापित केलं. तीच विचारपद्धत ही आजच्या काळातली जपानी 'नम् म्योहो रेंगे क्यो' मंत्र ध्यान पद्धत म्हणून प्रसिद्ध आहे.

'नम् म्योहो रेंगे क्यो' या नामाचा भावार्थ काय?

'कमळाच्या फुलाचं पावित्र्य, अलिप्तता माझ्या मनात धारण करून, अंतर्नाद अनुभवत मी ही सूक्ष्म ध्यानसाधना करत आहे.''

या नामातल्या वेगवेगळ्या शब्दांचे अर्थ असे आहेत :

- नम् - नमन,
- म्यो हो - गुप्त अथवा गूढ साधना
- रेन् गे - कमळाचं फूल
- क्यो - अंतर्नाद

या प्रत्येक अक्षराचा, शब्दाचा अर्थ मनात धारण करून त्याचं उच्चारण करत गेल्यामुळे ध्यानाचा आपल्यावर होणारा परिणाम हा अनेक पटींनी वाढतो.

आपले ऋषी पतंजली यांच्या 'योगसूत्र' ग्रंथातलं 'तद् जपस् तदर्थ भावनम्।' या सूत्राचा अर्थही अशाच प्रकारचा आहे. जो मंत्र म्हणायचा, त्याच्या अर्थाची भावना मनात धारण करून तो म्हणणं हे फार महत्त्वाचं आहे. भारतात आपण 'ॐ नमः शिवाय' या मंत्राचा उच्चार अतिशय संथ, शांत, हळुवार आवाजात, खर्ज स्वरात म्हणत ध्यान करतो. याच पुस्तकातल्या 'शिव ध्यान' या प्रकरणात तो मंत्र कसा म्हणायचा ते आपण पाहिलंच आहे.

आता 'नम् म्योहो रेंगे क्यो' या जपानी मंत्रावर ध्यान कसं करायचं याकडे वळू या.

- ध्यानासाठी बसताना शरीराची स्थिती आरामदायी राहील अशा कोणत्याही आसनात बसावं.
- 'नम् म्योहो रेंगे क्यो' हा मंत्र कसा म्हणायचा हे आधी समजून घेऊ या.
- नऽम् म्योऽऽहोऽऽऽ रेऽनगेऽऽ क्योऽऽऽ
- हा मंत्र म्हणत असताना, आपलं संपूर्ण लक्ष हे मंत्राच्या अर्थावर एकाग्र, केंद्रित करावं. मंत्र म्हणताना शरीरात कुठेकुठे कंपनं, स्पंदनं निर्माण होत आहेत, हे लक्षपूर्वक पाहावं. ही कंपनं अगदी बारकाईने अनुभवत राहावं. हा मंत्र किती वेळा म्हणायचा, असा एक प्रश्न तुमच्या मनात असेल.
- साधकांच्या स्वभाव, प्रकृती, मनःस्थितीनुसार हा मंत्र किती वेळा म्हणायचा, ती संख्या बदलू शकते. मंत्राचं उच्चारण करण्याचं थांबवल्यावर, आपल्याला शक्य होईल तेवढा वेळ (किमान पाच-सहा मिनिटं तरी) कुठलीही बारीकसारीक हालचालदेखील न करता अगदी शांत बसावं.

जपानमध्ये अतिशय प्राचीन काळापासून या मंत्राचं ध्यान केलं जातं. दार्जिलिंग, नेपाळ, सिंगापूर, थायलंडच्या दऱ्याखोऱ्यांत, जपानमध्ये फिरताना तिथल्या प्रदेशांनुसार हे नाम घेण्याची रीत, गती, चाल कशी बदलते हे प्रत्यक्ष अभ्यासण्याची संधी मला परमभाग्याने मिळाली. एकाग्र होऊन या मंत्राची स्पंदनं फार विशेषत्वाने अनुभवता येतात. त्यामुळे छातीपासून टाळूपर्यंत सगळं शरीर कंपायमान होत असल्याची अनुभूती मिळते.

षटचक्र ध्यान

भारतीय योगशास्त्र हे एक प्रायोगिक शास्त्र म्हणून जगभरात अभ्यासलं गेलं आहे. भारत आणि भारताबाहेरच्या अनेक संस्थांमध्ये योग हे एक शास्त्र म्हणून शिकवलं जातं. त्या ज्ञानाच्या आधाराने असंख्य लोकांचं जीवन योगमय झालं आहे.

भारतीय तत्त्वज्ञानाने सहा प्रकारचे ज्ञानमार्ग लोकांना दाखवले. तेच मार्ग 'षड्दर्शने' म्हणून प्रसिद्ध आहेत. यातलंच सर्वांत प्रमुख मानलं गेलेलं दर्शन म्हणजे पतंजलीमुनींनी २४०० वर्षांपूर्वी रचलेलं 'योगदर्शन'. यालाच 'अष्टांग योगदर्शन' किंवा 'योगसूत्रे' असंही म्हटलं जातं. २४०० वर्षांच्या प्रदीर्घ काळाच्या कसोटीवर सिद्ध झालेली ही अमूल्य अशी योगसूत्रं आधुनिक विज्ञानयुगातही तितकीच महत्त्वाची ठरत आहेत.

प्राचीन 'तंत्रयोग' हे या योगशास्त्राचंच एक अंग समजलं जातं. त्यालाच 'योगतंत्रज्ञान', 'कुंडलिनीयोग' या नावानेही ओळखलं जातं. कुंडलिनीशक्ती ही मानवी शरीरात वास करणारी दैवी, आत्मिक शक्ती मानली जाते. मानवी शरीरात प्राणशक्तीचे वहन करणाऱ्या ७२ हजार नाड्या आहेत. त्यापैकी सर्वांत प्रमुख म्हणजे सुषुम्ना नाडी. ही नाडी माकडहाडापासून सुरू होऊन मस्तकातल्या टाळूच्या भागापर्यंत जाते. या नाडीच्या मार्गावर सहा शक्तिकेंद्रं आहेत. त्यांनाच षटचक्र असं म्हटलं जातं. मूलाधार चक्रापासून ते सहस्त्रार चक्रापर्यंत असा हा सुषुम्ना नाडीचा प्रवास असतो.

षटचक्र ध्यान करताना खालून वर असं एकेका चक्रावर लक्ष एकाग्र करत आपलं ध्यान हे ऊर्ध्वगामी होत जातं. या ध्यानामुळे मूलाधार चक्रापाशी निद्रित स्वरूपात असलेली कुंडलिनी शक्ती जागृत होऊन शेवटी आपल्या मस्तकात सर्वोच्च स्थानावर, म्हणजेच टाळूच्या भागात जाऊन पोहोचते, असं योगशास्त्र सांगतं. षटचक्र ध्यान करत असताना या चक्रांचा क्रम कसा असावा, ते पुढे दिलं आहे :

१. मूलाधार चक्र
२. स्वाधिष्ठान चक्र
३. मणिपूर (नाभी) चक्र
४. अनाहत (हृदय) चक्र
५. विशुद्धी (कंठ) चक्र
६. आज्ञा / ज्ञान चक्र
७. सहस्रार चक्र

षटचक्र ध्यानाचे पुढील मुख्य प्रकार समजले जातात :

षटचक्र बीजमंत्र ध्यान

एकेका चक्रावर लक्ष एकाग्र करता यावं यासाठी त्या-त्या चक्राच्या क्रमानुसार लं, वं, रं, यं, हं, ॐ असे बीजमंत्र म्हणत ध्यान वर नेण्याची ही एक अतिशय परिणामकारक अशी पद्धत आहे.

याव्यतिरिक्त

१. षटचक्र कोऽहम सोऽहम ध्यान
२. षटचक्र उज्जायी मुद्रा ध्यान

अशाही काही ध्यानपद्धती आहेत.

षटचक्रांचं मेरुदंडामधलं स्थान हे आधुनिक वैद्यकशास्त्रातल्या मज्जातंतुव्यूहाशी जीवशास्त्र आणि शरीरक्रियाशास्त्र या दोन्हीदृष्ट्या मिळतंजुळतं आहे. कुंडलिनीयोगात वर्णन केलेली षटचक्रं ही आधिदैविक स्वरूपात मानली गेलेली आहेत. या सहा चक्राचं स्वरूप हे कमळाप्रमाणे (कमलाकार) आहे. प्रत्येक चक्रात विशिष्ट संख्येच्या पाकळ्या आहेत. या सहा चक्रांमधल्या एकूण पाकळ्यांची

संख्या ही संस्कृत भाषेच्या एकूण अक्षरांएवढी म्हणजे ५० आहे. अभ्यासकांच्या दृष्टीने हा अद्‌भुत योगायोग मानला जातो. प्रत्येक चक्राच्या पाकळ्यांची संख्या ही त्या चक्राभोवती असलेल्या मज्जातंतूंएवढीच (नाड्या) आढळते. प्रत्येक चक्राला एक विशिष्ट असं आद्याक्षर (बीजमंत्र) जोडलं गेलं आहे. ही आद्याक्षरं सूक्ष्म ध्वनिलहरींनी युक्त आहेत. प्रत्येक चक्रावर सखोल ध्यान केलं तर काही सिद्धी प्राप्त होतात, असं मानलं जातं.

पहिली पाच चक्रं ही पंचतत्त्वांचं म्हणजेच पंचमहाभूतांचं प्रतिनिधित्व करतात. पंचमहाभूतांवरील सखोल ध्यानामुळे अष्टसिद्धी (आठ दैवीशक्ती) प्राप्त होतात, असं मानलं जातं. आपलं शरीर हे पांचभौतिक म्हणजेच पृथ्वी, जल, अग्नी, वायू व आकाश यांनी बनलेलं आहे.

या सिद्धींमागची शास्त्रीय मीमांसा काही वैज्ञानिकांनी अशी केली आहे :

मेंदू हा प्रचंड शक्तीचा साठा आहे. त्यात अनेकविध सुप्त सामर्थ्याची हजारो शक्तिकेंद्रं आहेत. प्राचीन ऋषींना ध्यानातून लक्षात आलं, की

- मेंदूतल्या प्रत्येक केंद्राची स्वतःची अशी एक विशिष्ट शक्ती असते.
- त्या-त्या विशिष्ट चक्रावर मन केंद्रित करून मेंदूतली शक्ती कार्यशील, क्रियाप्रवण करता येते.
- निरनिराळी चक्रं कार्यप्रवण करून योगी त्या-त्या शक्तिकेंद्रातल्या सिद्धी प्राप्त करतो.

'मनोवर्धन योग संस्था' या मनाच्या शक्तीवर २८ वर्षं काम करणाऱ्या संस्थेने षटचक्र ध्यानाची एक अनोखी पद्धत विकसित केली आहे. मनोवैज्ञानिक आणि योगतज्ज्ञ यांनी एकत्र येऊन या विषयाचा सखोल अभ्यास केला. 'षटचक्रांवर ध्यान करताना, त्या-त्या चक्रांच्या सभोवताली असणाऱ्या अवयवांमधील प्रत्येक पेशींशी आपल्या आंतरिक जाणिवेचा, एकाग्र झालेल्या मनाचा सुसंवाद घडतो. त्यामुळे ती प्रत्येक पेशी सतेज, टवटवीत बनते; तिला नवसंजीवन मिळतं. त्यामुळे शरीर तेजःपुंज, निरोगी बनतं, असं निरीक्षण या संस्थेने केलेल्या ध्यानविषयक अभ्यासातून नोंदवलं आहे.

प्राचीन योगशास्त्र आणि अर्वाचीन मानसशास्त्र यांच्या सुयोग्य संगमातून झालेल्या अभ्यासाची ही फलनिष्पत्ती नक्कीच षटचक्र ध्यानाच्या साधकांचा उत्साह वाढवायला साहाय्यक ठरेल.

गूढवाद, अमानवी शक्तींवर विश्वास म्हणजे अंधश्रद्धा असं मानलं जातं. मात्र, भारतीय योगशास्त्राचा विशाल दृष्टिकोन, तत्त्वज्ञान यातून हे गूढतेचं वलय अतिशय परिपूर्ण, अचूक व तर्कशुद्ध पद्धतीने हळुवारपणे उलगडता येतं. कुंडलिनीयोगाचा अवघड विषय कौशल्याने अभ्यासला, तर अमर्याद दिव्यशक्तीशी एकरूपता साधून अतीव मनःशांती नक्की मिळवता येते. त्यासाठी कुंडलिनी ध्यानाचे प्रयोग करून पाहण्याची तयारी मात्र हवी.

प्राणायाम

- सोहम ध्यान
- श्वसन ध्यान
- उज्जायी मुद्रा ध्यान

सोहम ध्यान

'सोहम' हा शब्द आपण अनेकदा वाचलेला, ऐकलेला असतो. मात्र, या शब्दाचा अर्थ बऱ्याच जणांना माहीत नसतो. त्यामुळे साहजिकच 'हे ध्यान काही मला शक्य नाही' अशी मनाची समजूत होते. खरंतर अगदी प्रत्येक माणसाला 'सोहम'चं अस्तित्व क्षणोक्षणी अनुभवण्याची सोय निसर्गाने आपल्या शरीरातच करून ठेवली आहे. आपल्या श्वासाकडे नीट लक्ष दिलं तर आपल्याला कळेल की श्वास घेताना 'सो' असा नाद आणि आणि श्वास सोडताना 'हम' असा नाद निर्माण होत असतो.

जन्माला आलेल्या प्रत्येक माणसाच्या मनात काही प्रश्न हे कधीतरी येऊन जातात. 'मी नक्की कोण आहे? कुठून आलो? कुठे जाणार?' श्रुतींनी, म्हणजेच वेद-उपनिषदांनी या प्रश्नावलीला, शोधाला 'सः + अहम् = सोहम' असं म्हटलेलं आहे. सः याचा अर्थ 'ते ईश्वरी तत्त्व' आणि अहम् म्हणजे मी.

म्हणजेच 'ते (ईश्वरी तत्त्व) मी आहे' असा सोहम शब्दाचा अर्थ आहे.

कसं करायचं सोहम ध्यान?

योगसाधनेच्या अत्युच्च पातळीचा अनुभव हा ब्राह्ममुहूर्तावर, म्हणजे साधारण पहाटे साडेतीनच्या सुमारास मिळतो. अर्थात ही साधना इतर कोणत्याही वेळी केली तरीसुद्धा हा अनुभव काही प्रमाणात नक्की मिळेलच! हे विचारात घेऊन, आपल्याला शक्य आहे, तेवढं सकाळी लवकर उठावं. या वेळेला आपण अगदी एकटे, पूर्णपणे स्वतःचे असतो.

- मांडी घालून बसावं.
- शरीर शिथिल सोडावं.
- श्वसन संथ होऊ द्यावं.

शरीराची शिथिलता, श्वसनाची संथता साधली की मन आपोआपच शांत होतं.

मन हळूहळू अगदी निश्चल, शांत करण्याचा प्रयत्न करावा. थोड्याच वेळात तुमचा श्वासोच्छ्वास संथ व्हायला लागेल. श्वासोच्छ्वासाच्या या क्रियेकडे बारकाईने लक्ष द्या. श्वसनाची क्रिया ही एरवीही नैसर्गिकरीत्या आपल्या आत सुरूच असते. या क्रियेकडे पाहताना तिच्याशी अनुसंधान राखणं म्हणजे सतत त्या क्रियेबरोबर राहणं जमायला हवं. हे अनुसंधान जमलं की मग अखंड, सूक्ष्म ध्वनीचा प्रत्यय येतो. श्वास आत घेताना 'सो' आणि बाहेर सोडताना 'हम्' असा (काहीसा सुस्कारा सोडल्यासारखा) ध्वनी जाणवतो.

सोऽऽऽऽहम्

एका जागी शांतपणे बसलं की श्वासोच्छ्वासाची क्रिया ही आपोआपच तालबद्ध, लयबद्ध होऊ लागते. या क्रियेबरोबर होणारा 'सोहम्' हा अखंड, सूक्ष्म ध्वनी जाणवायला लागतो. त्याच्याशी एकतानता साधल्यावर, तो सतत चालणारा ध्वनी 'सोऽऽऽऽहम्' आहे हे कळून यायला वेळ लागत नाही. आपली बाहेरच्या विश्वाशी साधली जाणारी समरसता म्हणजेच आपलं श्वासोच्छ्वासमय जीवन याचा अनुभव आपण घ्यायला लागतो.

'सोहम्' हा नैसर्गिक सूक्ष्म ध्वनी आपल्याला जाणवतो, त्याचा अर्थ 'तो मी आहे'. 'तो' कोण? याचं ज्ञान आणि दर्शन हे दोन्हीही त्यातच सामावलेलं आहे.

श्वासोच्छ्वासाच्या प्रत्येक क्रियेबरोबर 'अनंत अशा ईश्वरी तत्त्वाचं सुश्राव्य, नादरूप दर्शन घडत राहावं' हीच त्या निर्मिती-निपुण निसर्गाची योजना आहे.

ॐकाराचं महत्त्व

'अतिपरिचयात अवज्ञा' ही म्हण आपल्याला परिचित आहे. एखादी 'अमूल्य गोष्ट'

सतत आपल्या अगदी जवळ असली की साहजिकच तिच्याकडे आपलं दुर्लक्ष होतं. 'स' आणि 'हम्' यांच्या संयोगात विराजमान असलेला 'तो' म्हणजे 'ॐ' आहे. 'ॐ' अक्षराला आलेलं महत्त्व हे काही फक्त बुद्धिमानांच्या तत्त्वचिंतनांतून निर्माण झालेलं नाही. ते उपजत, नैसर्गिकच आहे. मानवाच्या करंटेपणामुळे त्याला स्वतःजवळच असलेला हा 'आत्मरूपाचा ठेवा' दिसत नाही. उलट, त्याच्या शोधासाठी, बोधासाठी तो जीवनभर वणवण फिरत राहतो. 'ॐ' या प्रतीकरूप आत्मरूपाचं, परब्रह्माचं सम्यक ज्ञान हीच ती 'सोऽहम' सिद्धी!

प्रज्ञेमध्ये सोहमचा बोध

मनात निर्माण झालेल्या या प्रश्नाचा एरवी बुद्धीच्या मार्गानेच शोध घेतला जातो. बुद्धीला हे उत्तर पटलं तरी समाधानकारक वाटत नाही. या बुद्धीच्याही पलीकडे, आकलनाची, जाणिवेची जी पातळी आहे, तिला योगशास्त्राने 'प्रज्ञा' असं नाव दिलं आहे. ध्यानाच्या माध्यमातून सोहमचा बोध हा त्या प्रज्ञेमध्ये मुरतो, विस्तारतो. हा बोध एकदा प्रज्ञेत मुरला, ठसला की साधकाच्या मनात उलटसुलट विचार, गोंधळ निर्माण होत नाहीत.

'सोहम'च्या अर्थाची ही जाणीव मनात निर्माण करतच नेहमी ध्यान करावं. त्यामुळे हा भाव आपल्या शरीरातल्या अगदी प्रत्येक पेशीच्या जाणिवेत खोलपणे मुरतो. त्यामुळे या ध्यानाचा दररोज सराव करताना आपलं मनही आपल्या खऱ्याखुऱ्या अस्तित्वाविषयी अधिकाधिक सूक्ष्म, तरल, सखोल, जाणीवक्षम असं होत जाईल.

श्वसन ध्यान

आला सास गेला सास जीवा तुझं रे तंतर।
अरे जगणं मरणं एका श्वासाचं अंतर।।

बहिणाबाई चौधरी... एक अशिक्षित, अडाणी शेतकरीण बाई. ना शिक्षण, ना कुणाचं मार्गदर्शन! एक महान सत्य जगाला किती सोप्या शब्दातून सांगून गेल्या!

सध्याचं युग हे संगणकाचं युग म्हणून ओळखलं जातं. बाहेरच्या जगात चाललेली धावपळ, गडबड यामुळे जीवन अत्यंत गतिमान झालं आहे. संगणक, मोबाईल अशी इलेक्ट्रॉनिक उपकरणं ज्ञानेंद्रियांना अव्याहतपणे उद्दीपित करत राहतात. यातून निर्माण झालेले विचार, चिंता, विश्लेषण यांची मालिका मग मनात अविरत सुरू राहते. शरीर थकलं म्हणून आपण रात्री अंथरुणावर पाठ टेकली तरी हे मन लेकाचं गरगर फिरतच राहतं! या मनाला मग विश्रांती मिळणार तरी कशी आणि कधी? मन गतिमान आहे. ते स्थिर कसं करता येईल? याला उत्तर म्हणजे 'श्वसन ध्यान' हा ध्यानाचा प्रभावी प्रकार!

हे ध्यान कसं करायचं?

- डोळे मिटून शांत बसावं.
- शक्यतो शरीराची कुठलीही हालचाल होऊ देऊ नये. संपूर्ण शरीर अगदी शिथिल सोडावं.

पहिला टप्पा : अवयव ध्यान

मनानं पायाच्या अंगठ्यापासून ते डोक्यापर्यंत सर्व अवयवांकडे जाणीवपूर्वक आतून पाहत जावं. ते सर्व अवयव शिथिल होत राहू द्यावेत. त्यांच्यातले ताणतणाव, आकुंचन हळूहळू कमी होत निघून जाईल असं पाहावं.

पतंजलींनी आसनांचा अभ्यास कसा करावा यासंबंधी एक मार्गदर्शक सूत्र सांगितलेलं आहे.

|| प्रयत्न-शैथिल्य-अनन्त-समापत्तिभ्यम् ||

शरीर आणि मन नेहमीच प्रयत्नपूर्वक सैलसर, सहज ठेवावं. अवयव ध्यान करण्यामुळे आपलं मन हे ज्ञानेंद्रियांकडून सतत येत राहण्याऱ्या बाह्य संवेदनांऐवजी, शरीरातल्या अवयवांकडून येणाऱ्या संवेदनांकडे वेधलं जातं. आपली जाणीव एका वेगळ्याच स्तरावर पोहोचते.

दुसरा टप्पा : संथ श्वसन

संथ श्वसन म्हणजे आपोआप घडणारं, नैसर्गिक श्वसन. जेव्हा आपलं मन आणि शरीर काहीही करत नसतं, तेव्हा आपलं आपण जे सहजपणे चाललेलं असतं ते म्हणजे संथ श्वसन! अवयव ध्यान केल्यामुळे शरीर, मन स्थिर होतं. अशा स्थितीत सहजपणे जे श्वसन होतं, ते संथ श्वसन!

तिसरा टप्पा : श्वासाबद्दल साक्षीत्व

आपल्या नेहमीच्या श्वसनात आपल्याही नकळत पोटाची हालचाल होतच असते. श्वास घेताना पोट किंचित पुढे येतं तसंच श्वास सोडताना ते किंचित आत जातं. ही नैसर्गिक हालचाल अनुभवत राहावी. लक्ष इकडेतिकडे जात आहे, मनात विविध विचार येत आहेत, असं वाटलं तरी अगदी प्रयत्नपूर्वक लक्ष पोटाकडेच ठेवावं.

श्वसन सुरू असताना, बाहेरून आत जाणाऱ्या हवेचा स्पर्श नाकात ठिकठिकाणी जाणवतो. नाकाच्या मधल्या पडद्याला, नाकपुड्यांच्या आत, नाकाच्या शेंड्याजवळ तो जाणवतो. श्वास घेताना या हवेचा स्पर्श हा काहीसा थंड वाटेल. श्वास सोडताना मात्र हीच हवा किंचित ऊबदार, कोमट अशी वाटते.

हवेतल्या तापमानातला हा फरक अनुभवताना ज्ञानेंद्रियांकडून येणाऱ्या संवेदनांकडे दुर्लक्ष होऊ लागतं. मन विचारांमध्ये गुंतत नसल्याने भावनांच्या आहारीही जात नाही. ते शांत, शिथिल होतं. अशा वेळी कुठलेच ताण त्यावर प्रभाव टाकू शकत नाहीत. शरीराची जाणीवही कमी-कमी होत जाते. शरीर-मनाचं अधिकाधिक सखोल शिथिलीकरण होत जातं.

चौथा टप्पा : दीर्घ श्वसन

आता श्वास घेणं-सोडणं हळूहळू दीर्घ करत जावं. सुरुवातीला श्वास घेण्यासाठी, सोडण्यासाठी सारखाच वेळ दिला तरी चालेल. नंतर जेवढा वेळ श्वास घेतला असेल, त्याच्या दीडपट, दुप्पट असा श्वास सोडण्याचा कालावधी वाढवत न्यावा. सुरुवातीला कालावधी मोजण्यासाठी मनात अंक मोजावेत. नंतर आकड्यांमध्ये फारसं न अडकता अंदाजानेही प्रमाण लक्षात यायला लागतं. आता होत असलेलं दीर्घ श्वसन, हे प्रयत्नाने तालबद्ध केलेलं श्वसन आहे. या श्वसनानं मानसिक शांतता प्रस्थापित होते, हे सिद्ध झालं आहे.

स्नायूंवर असणारा ताण आणि मनावरचा ताण, यांचा घनिष्ठ संबंध आहे. एक ताण कमी झाला की दुसराही कमी होतो. रक्तदाब, हृदयगती, श्वसनगती या ध्यानात खूपच कमी होते.

अनेक शास्त्रोक्त प्रयोगातले निष्कर्ष असे आहेत, की मेंदूच्या पेशींचं कार्य कमी होतं, तेव्हा साधकाला फार शांत, शिथिल वाटतं. रक्ताभिसरणाला अडथळा उरत नाही. हृदयापासून ते त्वचेकडे अगदी शेवटच्या टोकांपर्यंत रक्तपुरवठा चांगला होतो.

उच्चरक्तदाब, निद्रानाश, आम्लता, हायपरटेन्शन यांसाठी हे ध्यान वरदान आहे! ध्यान केल्यानंतर दिवसभर ताजंतवानं, प्रसन्न वाटतं. शांती-सुख-आनंद यांचं अनोखं मिश्रण तयार होतं. दुःख, संताप, राग, द्वेष या भावनांना थारा उरत नाही. मानसिक स्थैर्य लाभतं. शारीरिक-मानसिक थकवा दूर होतो. दिवसभरातले ताणतणाव त्रास देत नाहीत.

उज्जायी मुद्रा ध्यान

'उज्जायी मुद्रा ध्यान' या प्रकाराविषयी जाणून घेऊ या. प्राणायामात्मक ध्यानाचे काही प्रकार प्रचलित आहेत. त्यापैकी हा एक वैशिष्ट्यपूर्ण प्रकार आहे.

उज्जायी म्हणजे काय?

मुळात उज्जायी हा एक प्राणायामाचा प्रकार आहे. संस्कृत भाषेत 'उज्' हा धातू आहे. त्याचा अर्थ उंच असा आहे. या धातूवरूनच उच्च, उंच असे शब्द तयार झालेले आहेत. तसंच 'जायी' या शब्दाचेही दोन अर्थ आहेत. जायी म्हणजे जाणे. हे ध्यान करताना साधकाचा आंतरिक विकास हा वरच्या दिशेला म्हणजे सहस्त्रार चक्राच्या दिशेने होतो. जायी या शब्दाचा दुसरा अर्थ आहे जयजयकार. उज्जायीचा

नाद हा सैनिकांनी उच्च स्वरात केलेल्या जयघोषाप्रमाणे किंवा जयजयकाराप्रमाणे भासतो.

उज्जायी नाद घशातून कसा निर्माण करायचा?

हा प्राणायाम करताना घशाला घासत श्वास घेतला जातो. तसंच सोडतानाही तो घशाला घासतच सोडला जातो. यामुळे घर्षणयुक्त नाद निर्माण होतो. (झोपेत घोरल्यासारखा हा आवाज असतो.) या प्रभावी प्राणायामाच्या जोडीने काही मुद्राही या ध्यानात करायच्या असतात.

मुद्रा कशाला म्हणतात?

संस्कृत भाषेतील धातूपासून मोद हा शब्द तयार झाला आहे. मोद म्हणजे आनंद, 'मुद् आणि रा या दोन्हीतून तयार झालेला शब्द म्हणजे मुद्रा'.

आपण उज्जायी श्वसनाबरोबर चार मुद्रा करणार आहोत. चिन् मुद्रा, चिन्मय मुद्रा, आदी मुद्रा आणि मेरुदंड मुद्रा अशा या चार प्रकारच्या मुद्रा आहेत.

पहिल्या तीनही मुद्रांमध्ये, म्हणजेच चिन्, चिन्मय आदी मुद्रांमध्ये हात गुडघ्यांवर ठेवावेत. तळहातांची दिशा आकाशाकडे असावी.

चिन् मुद्रा

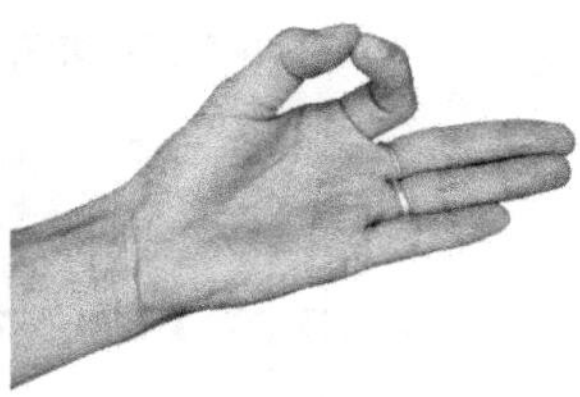

अंगठा आणि त्या शेजारचं बोट (तर्जनी) गोलाकार वळवून, त्यांची टोकं अगदी अलगद एकमेकांना स्पर्श होतील अशी ठेवावीत. राहिलेली तीन बोटं सरळ (पण ताठरता नको) ठेवावीत. अंगठा आणि तर्जनी यांचा अगदी हलका स्पर्श होऊ द्यावा.

चिन्मय मुद्रा

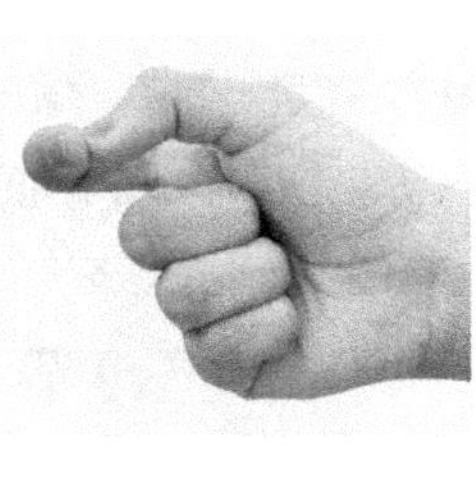

आधी चिन् मुद्रा करावी. मग अंगठा आणि तर्जनी सोडून, राहिलेली तीन बोटं, मूठ

मिटतो तशी अलगद आतल्या बाजूला वळवावीत. यातही, हात गुडघ्यांवर ठेवून तळहातांची दिशा आकाशाकडे ठेवावी.

आदी मुद्रा

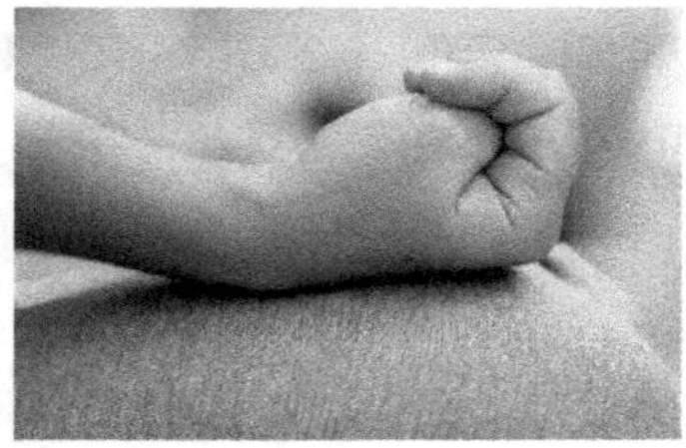

आदी मुद्रा करताना, आधी अंगठा आत वळवून मग त्याच्यावर चारी बोटं मिटलेली, अशा प्रकारे अलगद मूठ मिटावी. हात गुडघ्यांवर ठेवून तळहातांची दिशा आकाशाकडे ठेवावी.

मेरुदंड मुद्रा

हातांच्या अलगद मुठी वळून, गुडघ्यांवर उभ्या ठेवाव्या. अंगठे सरळ (पण ताठरता नको) आणि आकाशाच्या दिशेने रोखलेले ठेवावे.

उज्जायी प्राणायाम आणि मुद्रा या संकल्पना आपण पाहिल्या. आता, हे ध्यान कसं करायचं ते बघू या.

कसं करायचं उज्जायी मुद्रा ध्यान?

आपल्याला सुखकारक होईल अशा आसनात बसावं. दोन्ही हातांच्या बोटांनी चिन् मुद्रा धारण करावी. या मुद्रेत उज्जायी प्राणायामाची दोन आवर्तनं करावीत.

आवर्तन म्हणजे काय?

चार सेकंदांत श्वास आत घेणं.

श्वास आत घेतलेल्या स्थितीत दोन सेकंद रोखणं, घशाला घासत सहा सेकंदांत श्वास बाहेर सोडणं, श्वास बाहेर सोडलेल्या स्थितीत दोन सेकंद रोखणं.

अशा चार टप्प्यांचं मिळून एक आवर्तन होतं. अशा प्रकारे चिन्, चिन्मय, आदी आणि मेरुदंड अशा चारही मुद्रांमध्ये प्रत्येकी दोन आवर्तनं करावीत. म्हणजेच चार मुद्रांमध्ये मिळून एकूण आठ आवर्तनं होतील.

या मुद्रांमुळे नक्की काय घडतं बरं आपल्या शरीरात!

- चिन् मुद्रेमुळे प्राणशक्तीचं वहन हे आपल्या शरीराच्या कनिष्ठ भागामध्ये (कमरेपासून पायाच्या बोटांपर्यंत) प्रभावीपणे होऊ लागतं.
- चिन्मय मुद्रेत शरीराच्या मध्य भागात, म्हणजेच गळ्यापासून ते कमरेपर्यंतच्या भागामध्ये प्राणशक्तीचं वहन वाढतं.
- आपण आदी मुद्रा करतो, तेव्हा शरीराच्या ज्येष्ठ भागात (टाळूपासून गळ्यापर्यंत) प्राणशक्तीचं वहन सुधारतं.
- सर्वांत शेवटी मेरुदंड मुद्रा करताना प्राणशक्तीचा सुषुम्ना नाडीतून (म्हणजेच मध्यनाडीतून) वाहणारा प्रवाह वाढतो.
- एकूण आठ आवर्तनं पूर्ण झाल्यावर डोळे मिटून शांतता अनुभवत ध्यान करावं.

आपल्या शरीरभर प्राणशक्ती खेळवणाऱ्या एकूण ७२ हजार नाड्या काम करत असतात. या ध्यानामुळे शरीरातल्या या नाड्यांमधला प्राणशक्तीचा प्रवाह वाढतो. त्यांमधले अडथळे दूर होतात. ही प्राणशक्ती प्रत्येक पेशीपर्यंत जाऊन पोहोचते. प्रत्येक पेशीला नवसंजीवन, चैतन्य प्राप्त होतं. प्रत्येक पेशीच्या पातळीवर एक प्रशांत अशी अवस्था निर्माण झालेली असल्याने सहजपणे ध्यानाला अनुकूल अशी स्थिती निर्माण होते.

शिथिलीकरण तंत्र

- शवासन ध्यान
- योगनिद्रा : योगशास्त्राने दिलेलं एक अद्‌भुत वरदान!
- प्रणव निद्रा ध्यान : गंभीर आजारांसाठी वरदान!

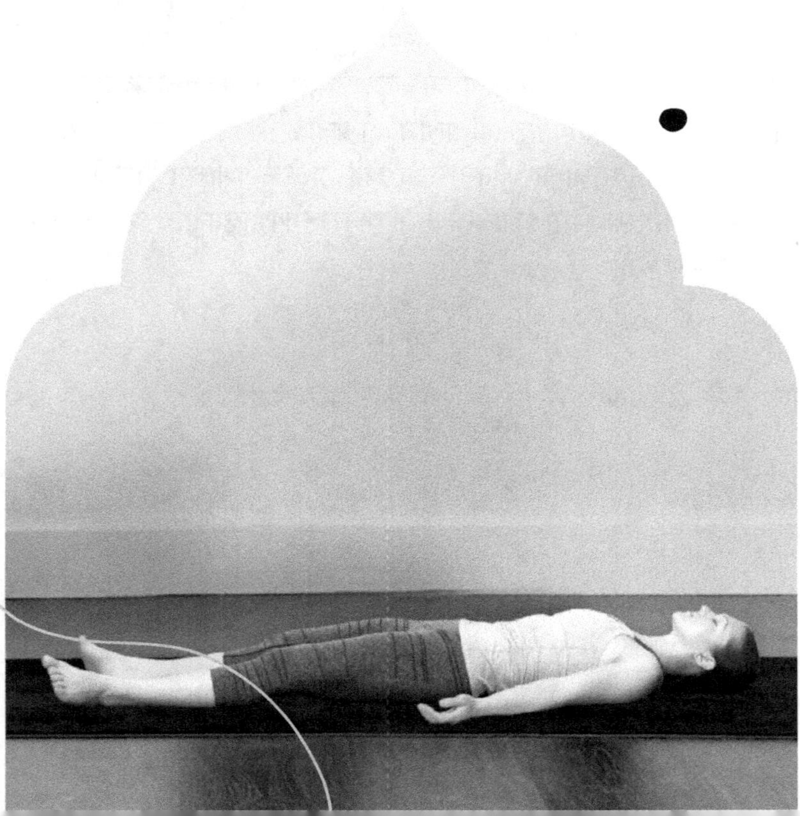

शवासन ध्यान

या पुस्तकात आपण बरेच ध्यानप्रकार पाहिले. त्यातले बहुतांश प्रकार हे बैठक स्थितीतले, म्हणजेच बसून करण्याचे आहेत. शवासन ध्यानाचं वैशिष्ट्य म्हणजे ते पाठीवर झोपून करायचं आहे. नुसतं वाचूनही किती बरंऽऽऽ वाटलं ना! 'पाठीवर आडवं झोपूनही ध्यान करता येतं' हा विचार आगळावेगळा वाटला तरी बरंच चिंतन आणि असंख्य प्रयोगातून ही पद्धत शास्त्रशुद्धरीत्या विकसित केली आहे.

एरवी आडवं पडून ध्यान करायला गेलं तर झोप लागण्याचीच शक्यता जास्त! म्हणून सुरुवातीला शवासन ध्यानासाठी शक्यतो सकाळचीच वेळ निवडावी. प्रयत्नांनी ते जमायला लागलं की मग मात्र कोणत्याही वेळी करायला हरकत नाही.

शवासन म्हणजे काय?

याविषयी *हठप्रदीपिका* या प्राचीन ग्रंथातला श्लोक काय सांगतो?

उत्तानं शववत भूमौ शयनं तु शवासनं।
शवासनं श्रमहरं चित्तविश्रांतिकारणम्।।

जमिनीवर प्रेताप्रमाणे पडून राहिल्यास थकवा दूर होऊन चित्ताला विश्रांती मिळते.

हे शवासन करायचं कसं ते समजून घेऊ या.

पाठीवर झोपावं. आपल्या दोन्ही पावलांत साधारण दीड ते दोन फूट अंतर ठेवावं. दोन्ही पावलं 'टाचा आत चवडे बाहेर' अशी ठेवावीत. हात शरीरापासून तीन ते चार इंच इतक्या अंतरावर ठेवावेत. हातांचे तळवे आकाशाच्या दिशेने असावेत. बोटं सैलसर ठेवावी. डोळे अलगद मिटावेत. मान सरळ किंवा डावी-उजवीकडे कललेली ठेवावी. कपाळावर आठ्या, गाल-चेहऱ्यावर ताण नको.

सुरुवातीला आपली आराध्य देवता, गुरू यांचं स्मरण करून प्रार्थना केल्याने ध्यानासाठी योग्य वातावरण तयार होतं. मग श्वासाकडे लक्ष द्यावं. त्याकडे फक्त साक्षित्वाने पाहत राहावं. श्वासोच्छ्वास हळूहळू मंदावेल. आता जाणीव शरीराच्या प्रत्येक अवयवाकडे न्यावी. पायापासून सुरुवात करून डोक्यापर्यंत जावं. एखाद्या अवयवात ताण वाटल्यास त्याकडे जागरूकतेने पाहावं. तटस्थतेने पाहिलं की ताणतणाव नाहीसे होतात. इतकं करूनही कदाचित ताण कमी वाटत नसेल तर त्या अवयवाची थोडीशी हालचाल करून तो सैल सोडावा. संपूर्ण शरीर शिथिल झाल्यावर अंतर्मुख व्हावं. श्वासोच्छ्वासाच्या मंद गतीबरोबर ओटीपोट वरखाली होत आहे याकडे लक्ष द्यावं. आता विचारही मंदावतील. मनात विचारतरंग उमटले तरी त्याकडे तटस्थपणे पाहावं. विचाराला स्वीकारू नये किंवा झिडकारूही नये. विचाराबाबत विश्लेषण केल्यास विचार बलवान होतो. मात्र, विचारांबाबत तटस्थ राहिल्यास तो गळून पडतो.

हे सगळं करत असताना सहजपणे ध्यानावस्था प्राप्त होत आहे, असं लक्षात येईल. शारीरिक, आंतरिक अवस्था अत्यंत शांत, स्वस्थ, निर्विचार होईल. आपली जाणीव अनंताशी एकरूप करण्याचा प्रयत्न करावा. त्यासाठी असीम आकाश, अथांग सागर, भव्य हिमालय अशा चैतन्यदायी कल्पनेशी एकरूप व्हावं. यामुळे निर्विचारावस्था प्राप्त होईल. काही जणांना संत-सद्गुरूंच्या प्रतिमेवर जाणीव

केंद्रित केल्याने अधिक शांत वाटू शकतं. संतांचं रूप, आकर्षक व्यक्तिमत्त्व यापेक्षा त्यांच्यातलं ईश्वरी तत्त्व, स्वरूप यावर एकाग्र व्हावं.

रोज दहा-पंधरा मिनिटं तरी 'शवासन ध्यान' करावं. एखाद्या दिवशी जास्त वेळ असेल तर शवासनात आणखी खोल उतरावं.

शवासनातून बाहेर पडणं

शवासनातून बाहेर पडताना अत्यंत सावकाश हातपाय जवळ घ्यावेत... मान हळुवार सरळ करावी... शक्यतो डोळे मिटलेले ठेवूनच सावकाश डाव्या कुशीवर वळावं... दोन्ही हातांच्या साहाय्याने उठून बसावं... शांत स्थिती अनुभवावी... हातांचे तळवे डोळ्यांवरून अलगद फिरवून मग सावकाश डोळे उघडावे.

झोप आणि शवासन हे साधारणपणे दिसायला आणि करायला सारखेच वाटतं. मग प्रश्न असा पडतो की, झोप आणि शवासन हे एकच आहे का, की यात काही फरक आहे? झोप आणि शवासनातला मुख्य फरक म्हणजे, शवासनात आपण आपल्या आंतरिक विश्रांत अशा अवस्थेत सजग, सावध असतो.

शवासन ध्यान केल्यामुळे काय होतं?

ध्यान करताना निर्विचार अवस्था निर्माण होते. 'खोट्या मी'चा निरास होतो आणि 'खऱ्या मी'चा अनुभव लाभतो. 'वास्तवातला मी' हा चैतन्यस्वरूप आहे. त्याचं अस्तित्व जाणवलं तर उत्तमच! स्वतःशी संघर्ष न करता शवासन हळुवारपणे साधता आलं तरच ध्यानाची अनुभूती येते व टिकते. यात शरीराला विश्रांती तर मिळतेच; पुढे जाऊन मन, बुद्धी, अहंकार, चित्त अशा चतुर्विध अंतःकरणालाही विश्राम मिळतो. 'श्रमे जाते शवासनम्।' असं म्हटलेलंच आहे. शवासनातल्या ध्यानाने जाणिवेची अनंताशी समापत्ती साधू शकते, स्थिरावू शकते.

योगनिद्रा : योगशास्त्राने दिलेलं एक अद्‌भुत वरदान!

योग, आयुर्वेद, अध्यात्म यांचं महत्त्व गेल्या काही वर्षांत खूप वाढलं आहे. अर्थातच, हे खूप चांगलं लक्षण आहे. मात्र, यामुळेच या क्षेत्रात बुवाबाजी, थोतांड, फसवेगिरीही वाढू लागली आहे. अशा पार्श्वभूमीवर, स्वामी शिवानंद, स्वामी सत्यानंद सरस्वती आणि निरंजनानंद सरस्वती या गुरुशिष्य परंपरेतल्या त्रयीने योगाच्या प्रांतात उभं केलेलं काम पाहून कुणाचंही मन थक्क होईल!

'बिहार स्कूल ऑफ योग' विद्यापीठाची स्थापना

बिहार स्कूल ऑफ योग

'बिहार हे राज्य म्हणजे प्रचंड लोकसंख्या, दारिद्र्य, निरक्षरता' असंच समीकरण साधारणपणे सगळ्यांच्या मनात असतं. बऱ्याच अंशी ते खरंही आहे. बिहारमधल्या अशा प्रतिकूल परिस्थितीतही १९६३मध्ये स्वामी सत्यानंद सरस्वतींनी 'बिहार स्कूल ऑफ योग' हे एक भव्यदिव्य असं योग विद्यापीठ उभं केलं.

त्यांचे गुरू स्वामी शिवानंद यांचं हृषीकेशमध्ये उत्तुंग योगकार्य होतंच; आपल्या गुरूंचा हाच वारसा पुढे नेत सत्यानंदांनी बिहारमधल्या मुंघेर या गावी योग विद्यापीठाची स्थापना केली.

स्वामी सत्यानंदांचा योगनिद्रेविषयी अनुभव, संशोधन

योगशास्त्रात 'योगनिद्रा' हे अतिशय आगळंवेगळं असं 'विश्रांतीतंत्र' आहे हे स्वामी सत्यानंदांच्या लक्षात आलं. योगनिद्रा तंत्राचा पाठपुरावा करत त्यांनी २५ वर्षांहून अधिक काळ या विषयावर सखोल असं संशोधन केलं.

स्वामी सत्यानंद

सत्यानंदांना योगनिद्रेचं महत्त्व कसं लक्षात आलं?

ही एक छान कहाणीच आहे. सत्यानंद हे त्यांचे गुरू शिवानंद यांच्या हृषीकेश इथल्या आश्रमात गुरुकुल पद्धतीने योगाचं शिक्षण घेत होते. त्या काळी आश्रमातील विद्यार्थ्यांना अनेक कामं करावी लागत. अशाच कामाचा एक भाग म्हणून, लहान मुलांच्या वसतिगृहावर रात्री पहारा देण्याची जबाबदारी सत्यानंदांना दिली गेली. रात्रीच्या वेळी पहारा दिल्यावर पहाटेच्या सुमारास त्यांना झोप लागायची.

त्या वसतिगृहातील लहान मुलं सकाळ-संध्याकाळ एक प्रार्थना म्हणत. एका संध्याकाळी मुलं म्हणत असलेली ही प्रार्थना ऐकताना सत्यानंदांना लक्षात आलं, की हीच प्रार्थना आपण पहाटे झोपेत बऱ्याच वेळा ऐकली आहे, आणि ती आपल्याला पाठही झाली आहे. यावरून 'निद्रेच्या स्थितीतही माणसाच्या मनाची ज्ञान ग्रहण करण्याची क्षमता कार्यरत असते' हा फार महत्त्वाचा मुद्दा अगदी तरुण वयातच त्यांच्या लक्षात आला. याचाच पुढे आयुष्यभर पाठपुरावा करत त्यांनी असंख्य प्रयोग केले आणि 'योगनिद्रा' हे तंत्र पूर्णपणे विकसित केलं.

सत्यानंदांचे शिष्य निरंजनानंद यांच्यावर योगनिद्रेचे प्रयोग

एके दिवशी एक जोडपं आपल्या छोट्या मुलाला घेऊन सत्यानंदांकडे आलं. हा मुलगा कमालीचा खोडकर, अवखळ होता. दिवसभर चालणाऱ्या त्याच्या

व्रात्यपणामुळे आईवडील अगदी जेरीस आलेले होते. 'स्वामीजी, आपणच आता याच्यावर संस्कार करून त्याला सुधारू शकाल!' अशी प्रार्थना त्यांनी सत्यानंद स्वामींकडे केली. सत्यानंदांनी त्याला आपल्या आश्रमात ठेवून घेतलं आणि एक जगावेगळा प्रयोग सुरू केला.

हा मुलगा जागेपणी तर काहीच शिकायला तयार नव्हता. ज्ञान ग्रहण करायला त्याचं जागृत मन विरोध करत होतं, त्यामुळे झोपल्यानंतर त्याला ते ज्ञान देण्याचा प्रयत्न करून पाहायचा, असं स्वामीजींनी ठरवलं. रात्री तो झोपला की स्वामीजी त्याला गीतेतले अध्याय ऐकवत. काही दिवसांनंतर अद्‌भुत वाटावा असा चमत्कार घडला... झोपेत ऐकलेले सगळे अध्याय हा मुलगा अतिशय आवडीने अस्खलितपणे घडाघडा पाठ म्हणून दाखवू लागला! हा छोटासा मुलगाच पुढे 'स्वामी निरंजनानंद सरस्वती' या नावाने प्रसिद्ध होणार आहे, याची पुसटशी कल्पनाही त्या वेळी कुणाला आली नाही.

यानंतर अशाच प्रकारे सत्यानंदांनी अनेक गोष्टींचं ज्ञान, सूचना छोट्या निरंजनला झोपेत दिल्या. काही काळानंतर जागेपणीही तो आपल्या गुरूंचं ऐकू लागला. त्याची प्रगती खूपच मोठ्या प्रमाणात झाली. त्याने अनेक गोष्टींचं ज्ञान मिळवलं.

अनेक भाषा आत्मसात केल्या. याच निरंजनानंदांनी पुढे जगभर योगप्रचार केला... आपले गुरू स्वामी सत्यानंद यांच्या अलौकिक योगकार्याची पताका जगभर फडकवली! यथावकाश सत्यानंदांनी आश्रमाची संपूर्ण धुरा त्यांच्यावर सोपवली.

हे सगळं घडलं ते 'योगनिद्रा' या अत्यंत प्रभावी अशा योगप्रक्रियेमुळे! योगशास्त्रातली ही प्रक्रिया कशी करायची हे आपण पाहू या.

योगनिद्रा कशी करावी?

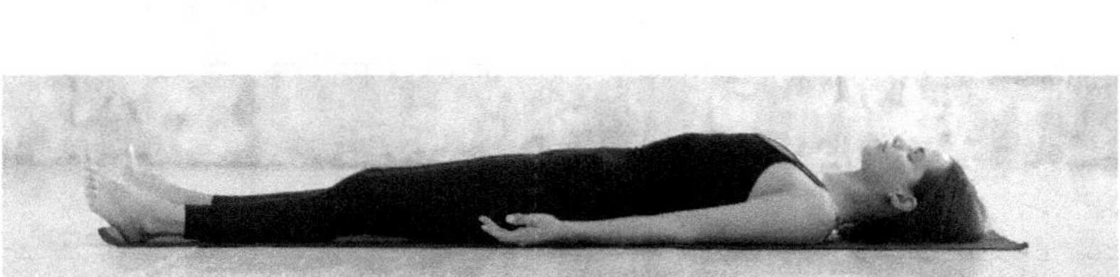

योगनिद्रा

योगनिद्रेचे चमत्कार वाटावेत असे परिणाम आपण पाहिलेच! आता प्रत्यक्ष योगनिद्रा कशी करायची ते पाहू या.

■ पूर्वतयारी

आपल्या मनगटावरचं घड्याळ, डोळ्यांवरचा चष्मा, कमरेचा पट्टा, मोबाईल वगैरे बाजूला काढून ठेवावं. कपडे सैलसर असावेत.

सुरुवातीला खाली बसून, डोळे मिटून एक प्रार्थना म्हणावी.

|| गुरुर्ब्रह्मा गुरुर्विष्णुः गुरुर्देवो महेश्वरः।
गुरुः साक्षात् परब्रह्म तस्मै श्री गुरवे नमः॥ ||

आता डोळे मिटूनच हळूहळू शवासनाच्या स्थितीत पाठीवर झोपावं.

आपल्या दोन्ही पायांत हातभर अंतर असावं. पावलं बाहेरच्या दिशेला, म्हणजेच 'टाचा आत, चवडे बाहेर' अशी ठेवावीत.

हात शरीरापासून सहा इंच दूर ठेवावेत. तळहात आकाशाच्या दिशेने वर आणि हातांची बोटं अर्धवट मिटलेली असूदेत.

योगनिद्रा पूर्ण होईपर्यंत आता डोळे अलगद मिटलेलेच ठेवायचे आहेत.

एक दीर्घ श्वास घ्या. श्वास सोडताना शरीर शिथिल, हलकं होत आहे, अशी भावना मनात आणावी. या स्थितीत झोप लागण्याची शक्यता असते. म्हणून 'योगनिद्रेदरम्यान मी जागा राहीन. झोपणार नाही' असा संकल्प करावा. योगनिद्रेदरम्यान सगळ्या सूचना ऐकू येत राहतील. अगदी लक्षपूर्वक या सूचनांबरोबर राहायचं आहे.

■ ॐकार उच्चारण

आपलं लक्ष शरीराच्या कनिष्ठ भागात आणा. नाभीचक्रावर लक्ष केंद्रित करून एक 'अ'कार म्हणावा. नंतर लक्ष शरीराच्या मधल्या भागात आणावं. हृदयचक्रावर लक्ष केंद्रित करून एक फक्त 'उ'कार म्हणावा. आता लक्ष मस्तकाच्या भागात आणून एक 'म'कार म्हणावा. शेवटी संपूर्ण शरीरात निर्माण होणाऱ्या कंपनांचा अनुभव घेत एक पूर्ण ॐकार म्हणावा.

▪ संकल्प

योगनिद्रेच्या सुरुवातीला आपण मनात एक छोटासा संकल्प करणार आहोत.

'योगाभ्यासामुळे मला शारीरिक आणि मानसिक स्वास्थ्य प्राप्त होणार आहे.' हा संकल्प मनातल्या मनातच तीन वेळा करायचा आहे.

▪ अवयव ध्यान

आता आपण अवयव ध्यानाला सुरुवात करू या. आपल्याच एकेका अवयवाचं दर्शन मनाने घ्यायचं आहे. त्या अवयवांना मनाने स्पर्श करायचा आहे.

▪ सुरुवातीला शरीराची उजवी बाजू

उजव्या पायाकडे लक्ष द्या. उजव्या पायाचा अंगठा... शेजारचं दुसरं बोट... तिसरं बोट... चौथं बोट... करंगळी... उजव्या पायाची पाचही बोटं... उजवा तळपाय... टाच... घोटा... पोटरी... गुडघा... मांडी... संपूर्ण उजवा पाय... उजवी कंबर... पाठ... ओटीपोट... पोट... छाती... खांदा... बगल... उजवा दंड... कोपर... कोपर आणि मनगटाच्या मधला भाग प्रकोष्ठ... उजवा तळहात... तळहाताचा अंगठा... तर्जनी... मधलं बोट... अनामिका... आणि करंगळी.

उजव्या पायाच्या बोटांपासून ते उजव्या हाताच्या बोटांपर्यंत, शरीराची उजवी बाजू आता अगदी शिथिल, सैल, हलकी झाली आहे. आता याच पद्धतीने शरीराची डावी बाजू पूर्णपणे शिथिल करावी.

आपलं लक्ष आता चेहऱ्यावर आणा. उजवा कान... डावा कान... उजवा डोळा... डावा डोळा... वरचा ओठ... खालचा ओठ... हनुवटी आणि नाक... डोक्याचा वरचा भाग... मागचा भाग. संपूर्ण शरीर शिथिल झाल्यावर आता मिटलेल्या डोळ्यांसमोर एक संकल्पदृश्य साकार करणार आहोत.

▪ संकल्पदृश्य

पहाटेच्या प्रसन्न वेळी एका टेकडीवर बसून आपण सूर्योदयाचं सुंदर दृश्य पाहत आहोत... ते पाहताना मन ध्यानाच्या स्थितीत गेलं आहे... काही क्षण या दृश्यात रमून जावं....

■ योगनिद्रेतून हळुवार बाहेर येणं

एक हळुवार श्वास घेऊन हळुवार सोडावा. हातापायाच्या बोटांची किंचित हालचाल करावी.

डाव्या कुशीवर वळावं. अगदी सावकाश उठून बसावं. डोळे अगदी हळुवारपणे उघडावेत.

योगनिद्रा झाल्यानंतर बराच वेळ आपण अक्षरशः 'स्वर्गीय सुख' वाटावं अशा शरीर-मनाच्या शांत, प्रसन्न स्थितीत असतो. त्यामुळे विनाकारण धावपळ, गडबड न करता, या अतिशय दुर्मीळ अशा आनंदमय स्थितीचा अनुभव घेत राहावा.

योगनिद्रा : संशोधन आणि आरोग्यावर होणारे परिणाम

स्वामी सत्यानंद सरस्वतींनी २५ वर्षांहून अधिक काळ शेकडो साधकांवर योगनिद्रेचे असंख्य प्रयोग केले. त्यातूनच त्यांना अक्षरशः चमत्कार वाटावा असे परिणाम दिसून आले. अशा या वैशिष्ट्यपूर्ण तंत्राचा उल्लेख आणि वापर वेगवेगळ्या क्षेत्रांत झाला आहे.

प्राचीन ग्रंथ : 'योगनिद्रा' या अवस्थेचा उल्लेख उपनिषदं, महाभारत या प्राचीन ग्रंथांत आढळतो. देवीमाहात्म्यामध्ये 'योगनिद्रा' देवीचं नाव आढळतं.

आदी शंकराचार्यांच्या रचना : आदी शंकराचार्यांच्या योगतारावली योग ग्रंथात योगनिद्रा या योगिक झोपेच्या अवस्थेचा उल्लेख आहे .

विविध पंथ : शैव- आणि बौद्धतंत्रातल्या ध्यानाशी योगनिद्रा जोडलेली आहे.

आधुनिक उपचारक : ॲनी पेसन कॉल, एडमंड जेकबसन या परदेशातल्या प्रॅक्टिशनर्सने वापरलेली 'प्रोप्रियोसेप्टिव रिलॅक्सेशन' ही पद्धत या योगतंत्राशी मिळतीजुळती आहे. डेनिस बॉईज यांनीही हे तंत्र आधुनिक स्वरूपात वापरलं. स्वामी राम, रिचर्ड मिलरआणि इतर अनेकांनी जगभर याचा प्रसार केला.

योगनिद्रेचा अद्‌भुत चमत्कार : 'फॅन्टम पेन'चं निवारण

एकदा एक रुग्ण-स्त्री स्वामी सत्यानंद यांच्याकडे आली. काही वर्षांपूर्वी एका भयानक अपघातातून तिचा जीव वाचला होता. मात्र, तिला त्यात एक पाय गमवावा लागला. आपला पाय कापावा लागला आहे, हे सत्य तिच्या मनाने

अजिबात स्वीकारलं नव्हतं. यामुळे गडबड अशी होत होती की, या स्त्रीला जो पाय नव्हता, त्याच पायात प्रचंड वेदना व्हायच्या. त्यामुळे ती कळवळून रडत असे. याला आधुनिक उपचार वैद्यकात 'फॅन्टम पेन' असं म्हणतात.

योगनिद्रेत आपलं मन हे जागेपण आणि झोप अशा दोन अवस्थांच्या मध्ये असतं. स्वामीजींनी याचा विचार करून तिला योगनिद्रा द्यायचं ठरवलं. योगनिद्रेतल्या संकल्पदृश्यात त्यांनी 'माझा पाय अपघातात गेला आहे' या वास्तवाची जाणीव हळूहळू तिच्या अंतर्मनात मुरवत नेली; आणि अनेक वर्षं होणाऱ्या या वेदना काही दिवसांतच थांबल्या.

योगनिद्रेतून अंतःस्त्रावी ग्रंथींचा विकास

आपलं मन हे कल्पना येणार नाही इतकं शक्तिशाली असतं. योगनिद्रा करताना आपली जाणीव अंतर्मनाच्या पातळीवर पोहोचते. त्यामुळे मनाच्या अलौकिक शक्तीही जागृत होऊ लागतात, अंतःप्रेरणा (इंट्यूशन) मिळू लागतात. हठयोगाच्या प्राचीन ग्रंथात यालाच 'ज्ञानचक्र, आज्ञाचक्र किंवा तृतीय नेत्र जागृत होणं' असं म्हटलेलं आहे. आधुनिक विज्ञानाने शास्त्रीय भाषेत या जागृतीला 'पिनिअल आणि पिट्यूटरी या अंतःस्त्रावी ग्रंथींचा विकास' असं नाव दिलं आहे.

मनोशारीरिक आजार बरे होण्यासाठी योगनिद्रा

मनाचं सामर्थ्य प्रचंड आहे. मात्र, ते जागृत करणं अत्यंत अवघड आहे. योगनिद्रेतल्या विशिष्ट प्रक्रियांमुळे ते जागृत होऊ शकतं. शारीरिक, मानसिक, भावनिक शिथिलीकरणाचे परिणाम झाल्याने सर्व प्रकारच्या रुग्णांना परिपूर्ण विश्रांती मिळते. विकार लवकर बरा व्हायला ती साहाय्यक ठरते. उच्च रक्तदाब, मधुमेह, हृदयविकार, निद्रानाश या आणि इतर अनेक मनोशारीरिक व्याधी बऱ्या होऊ शकतात.

यात मेंदूतल्या हायपोथॅलॅमस, लिंबिक सिस्टीम, ॲमिगडेला या विशिष्ट भागांना चालना दिल्यामुळे आक्रमकता, भीती अशा नकारात्मक संवेदनांवर नियंत्रण मिळवणं शक्य होतं. कर्करोग रुग्णांनाही याचा फायदा होतो. ऑस्ट्रेलियातील ऐन्सली मिअर्स आणि अमेरिकेतील सायमोंटन या जगप्रसिद्ध डॉक्टर्सना रुग्णांवर केलेल्या उपचारात उत्तम यश मिळालं.

भारतीय सैन्याला योगनिद्रेचं प्रशिक्षण

सियाचीन हा अतिथंड प्रदेश; तर बिकानेर हा अतिउष्ण प्रदेश. सियाचीनसारख्या ६००० मीटर उंचीवरील प्रदेशात शारीरिक, मानसिक आणि भावनात्मक ताण खूप असतो. आपले सैनिक अशा प्रतिकूल वातावरणातही देशाचं रक्षण करतात. १९९३मध्ये सेनादल प्रमुख जनरल जोशी यांनी बिहार योग विद्यालयाला सैनिकांना योग प्रशिक्षण देण्याची विनंती केली. स्वामी सत्यानंदांनी त्वरित आपल्या सर्वोत्तम प्रशिक्षित शिष्यांना पाठवलं. हे योगशिक्षकही सैनिकांबरोबरच राहत होते, तसेच श्रम करत होते. या प्रशिक्षणात योगासनं, प्राणायाम, त्राटक, अजपाजप आणि सगळ्यांत महत्त्वाचा भाग म्हणजे 'योगनिद्रा' यांचा समावेश होता.

योगनिद्रेचे फायदे

- **शरीराची कार्यक्षमता वाढते**

योगनिद्रा घेताना शरीर शांत आणि निवांत होत जातं. योगनिद्रेच्या नियमित सरावाने शरीरातले त्रास, समस्या कमी-कमी होत जातात. योगनिद्रा घेताना शारीरिक हालचाल कमी होते. मेटाबॉलिझम सुधारतं, हॉर्मोनल कार्य सुरळीत होतं; यामुळे शरीराला समस्या दूर करण्यासाठी पुरेसा वेळ आणि ऊर्जा मिळते. शरीरातील विषद्रव्यं (टॉक्सिन्स) बाहेर टाकली गेल्यामुळे साधक उत्साही, तरतरीत बनतो. शरीरात साठवली गेलेली ऊर्जा थकवा कमी करते. अगदी बराच वेळ झोपून उठल्यावर आपण जसे दिसतो, तसे अगदी ताजेतवाने दिसू लागतो.

- **ताणतणाव कमी होतात**

आजकालच्या धकाधकीच्या काळात प्रत्येकाला कसला ना कसला ताण आहेच. कधी अतिकामामुळे, तर कधी कामाच्या प्रेशरमुळे, नातेसंबंधातले दुरावे, आर्थिक चिंता, भविष्यात काय होणार या विचारामुळे त्रस्त होणं... अशा अनेक कारणांमुळे मानसिक ताण, शारीरिक आणि मानसिक दुखणी निर्माण होतात. ताणामुळे काम न करताही शक्ती कमी होते, थकल्यासारखं वाटत राहतं, आयुष्य जगणं कठीण होतं.

प्रत्येकाला आयुष्यात या ताणांना योग्य वेळीच नियंत्रित करता यायला हवं; नाहीतर त्याचे भविष्यात गंभीर परिणाम दिसू शकतात. योगासनं आणि ध्यानामुळे शरीर-मनाचं संतुलन राखलं जातं. नियमितपणे योगनिद्रा केल्याने मनात खोलवर

रुतलेल्या ताणावर उपचार करता येतो. ताण नियंत्रित करण्याचा सोपा मार्ग म्हणजे, नियमित योगनिद्रेचा सराव करणं.

■ एकाग्रता वाढते

कोणत्याही एका गोष्टीवर मन केंद्रित करण्याचं कौशल्य म्हणजे एकाग्रता. माकडाप्रमाणे इकडून तिकडे उड्या मारणाऱ्या चंचल मनाला हे सहज शक्य होत नाही. कारण मनाला सतत काहीतरी नवीन हवं असतं. मुलांपासून ते मोठ्यांपर्यंत सगळ्यांनाच एकाग्रता मिळवण्यासाठी प्रयत्न करावे लागतात. अभ्यास असो किंवा कुठलंही काम; जितकं एकाग्रतेने करू तितकं यश अधिक मिळतं.

योगनिद्रा करताना सहज एकाग्रता साध्य होते. कारण आपण या दरम्यान स्वयंसूचनांचं पालन करत असतो. नियमित स्वयंसूचना फॉलो केल्यामुळे मनाला एक चांगलं वळण लागतं. ते एका ठिकाणी एकाग्र व्हायला शिकतं.

■ स्मरणशक्ती सुधारते

योगनिद्रा नियमित केल्यामुळे स्मरणशक्तीत वाढ होते. आजकाल वयस्कर लोकांना स्मरणशक्ती कमी होण्याचा त्रास जाणवतो. त्यांनी योगनिद्रेचा सराव केला तर त्यांची स्मरणशक्ती नक्कीच सुधारू शकते. मनात अनेक नको त्या विचारांचा साठा असतो. त्यामुळे नकळत मनावरचा ताण वाढतो. या ताणामुळे कधी-कधी स्मरणशक्ती कमी होते. योगनिद्रेमुळे ही समस्या कमी होत जाते.

■ मज्जासंस्थेचं कार्य सुधारतं

स्वायत्त मज्जासंस्थेमुळे (Autonomic Nervous System – ANS) शरीराचं मेटाबॉलिझम, वाढ, विकास अशी अनेक कार्यं सुरळीत होत असतात. या संस्थेचे कार्य सहजतेने सुरू असते. आपल्याला यात हस्तक्षेप करता येत नाही. या मज्जासंस्थेमुळे शरीराला शक्ती मिळते, ताण कमी होतो. या संस्थेचे कार्य व्यवस्थित सुरू राहायला हवं असेल तर शरीराला पुरेशा आरामाची गरज असते. कारण झोपेतही हे कार्य सुरू असतं. योगनिद्रेच्या सरावातून तुमच्या शरीराला आराम मिळतो.

▪ शांत झोप लागते

अनेक आरोग्यसमस्या आणि ताणतणाव हे अपुऱ्या झोपेमुळे निर्माण होतात. रोगप्रतिकारशक्ती कमी होण्यापासून नैराश्यापर्यंत अनेक समस्या या झोप कमी मिळण्याचे परिणाम असू शकतात. शारीरिक आणि मानसिक कार्य सुरळीत सुरू राहण्यासाठी पुरेशा झोपेची शरीराला गरज असते.

आजच्या जीवनशैलीत अनेकांना अनिद्रा म्हणजेच निद्रानाशाचा त्रास जाणवताना दिसतो. रात्री कमीत कमी सहा तास झोप घेतली नाही तर याचे परिणाम शरीर-मनावर दिसू लागतात. यावर उत्तम उपाय म्हणजे, झोपण्यापूर्वी योगनिद्रेचा सराव करणं. यामुळे तुम्हांला शांत आणि निवांत झोप लागेल. केवळ २० मिनिटांत आठ तासांच्या झोपेचा परिणाम योगनिद्रेमुळे मिळू शकतो. विद्यार्थ्यांनी अभ्यास करताना तसेच रात्री कार चालवणाऱ्या लोकांनी योगनिद्रेचा सराव करावा, ज्यामुळे तुम्ही लवकर ताजेतवाने होता.

▪ स्वतःशी जोडले जाणं

आजकाल बाहेरच्या जगाचा विचार करता-करता आपण स्वतःकडे नकळत दुर्लक्ष करतो. स्वतःच्या आरोग्याकडे नीट लक्ष देणं, योगासनं करणं, नियमित व्यायाम, ध्यान आणि योगनिद्रेचा सराव शरीर-मनाला संतुलित करतो. योगनिद्रा करताना नकळतपणे स्वतःची जाणीव होते. आत्मा आणि शरीराचं संतुलन प्रत्येकाच्या निरोगी आरोग्यासाठी गरजेचं आहे. योगनिद्रेचा महिलांच्या जीवनातही चांगला फायदा होतो.

हे सगळं वाचल्यावर, 'न कंटाळता योगनिद्रेचा सराव करायलाच हवा' असा निश्चय तुम्ही नक्कीच केला असेल... हो ना!

प्रणव निद्रा ध्यान : गंभीर आजारांसाठी वरदान!

प्रणव म्हणजे ॐकार. शरीर-मनावर आलेले ताण अगदी थोड्या अवधीत नाहीसे करण्याचं सामर्थ्य ॐकाराच्या कंपनांमध्ये आहे. करायला सोपं; पण अतिशय परिणामकारक असं हे ध्यान कसं करायचं ते पाहू या.

शवासनाच्या स्थितीत पाठीवर झोपावं... मान सैल सोडावी... शरीर शिथिल, श्वसन संथ, आणि मन शांत अशी स्थिती धारण करण्याचा प्रयत्न करावा... एक दीर्घ श्वास घेऊन अगदी सावकाश सोडावा... परत एकदा दीर्घ श्वास घेऊन सावकाश सोडावा.

■ उजवा पाय

सुरुवातीला आपलं पूर्ण लक्ष उजव्या पायावर केंद्रित करावं. उजव्या पायाच्या बोटांपासून ते कमरेपर्यंत संपूर्ण उजव्या पायावर आपण ध्यान करत आहोत अशी भावना मनात ठेवावी. अतिशय हळुवार आवाजात तीन वेळा ॐकार म्हणावा.

ॐकार म्हणत असताना 'माझा संपूर्ण उजवा पाय अगदी शिथिल, सैल, हलका होतो आहे' अशी भावना मनात निर्माण करावी.

याचबरोबर, ॐकाराच्या उच्चारामुळे निर्माण झालेले स्वर, नाद, कंपनं आणि स्पंदनं संपूर्ण उजव्या पायात भरून राहिली आहेत, अशी मनाने कल्पना करावी.

यामुळे ॐकाराची ऊर्जा, तेज, ओज, दिव्यत्व उजव्या पायाच्या अगदी प्रत्येक पेशीपर्यंत पोहोचेल.

आता अगदी याचप्रमाणे पुढे दिलेल्या क्रमाने शरीराच्या एकेका भागावर लक्ष केंद्रित करून प्रत्येकी तीन-तीन ॐकार म्हणावेत.

- **डावा पाय**

उजवा हात (उजव्या हाताच्या बोटांपासून ते खांद्यापर्यंत... संपूर्ण उजवा हात)

- **डावा हात**

पाय, हात ॐकाराने तेजोमय झाल्यावर आता लक्ष शरीराच्या मध्य भागावर आणावं.

- **शरीराचा मध्य भाग**

ओटीपोटापासून गळ्यापर्यंत शरीराची वरची बाजू आणि कमरेपासून मानेपर्यंत शरीराची मागची बाजू

आता लक्ष शरीराच्या ज्येष्ठ भागामध्ये म्हणजे मस्तकाच्या भागामध्ये आणावं.

शरीराचा ज्येष्ठ भाग... संपूर्ण चेहरा, कपाळ, डोक्याचा वरचा आणि मागचा भाग, यासह मस्तिष्क, मेंदू, मज्जाकेंद्र

- **आता पुढे दिल्याप्रमाणे एक संकल्पना मनात साकार करावी**

आत्तापर्यंत म्हटलेल्या ॐकाराच्या उच्चाराने संपूर्ण शरीर अगदी हलकं झालेलं आहे... कापसासारखं... पिसासारखं हलकं... हलकं झाल्यामुळे जमिनीपासून वर उचललं गेलं आहे... शरीर आता जमिनीपासून काही उंचीवर तरंगत आहे....

काही क्षण हा अनुभव घेण्याचा प्रयत्न करावा.

आता परत तीन ॐकार म्हणावेत. म्हटल्या जाणाऱ्या ॐकाराबरोबर, शरीर अधिकाधिक वरवर जात आहे अशी जाणीव निर्माण करावी.

माझं शरीर खूपच शिथिल, हलकं झालेलं आहे... त्यामुळे शरीराच्या संवेदनांमध्ये अडकून पडलेलं मन आता मुक्त झालं आहे... ईश्वरी तत्त्वाशी एकाकार झालं आहे... हे ईश्वरी तत्त्व सगळीकडे भरून राहिलेलं आहे... मनाची

संकुचितता निघून गेलेली आहे... मन विशाल बनलं आहे.... पुढचे काही क्षण या अतिशय आनंदमय अशा वातावरणात रमून जात ध्यान करावं.

आता अगदी हळुवारपणे, अत्यंत सावकाश आपल्याला या अनुपम अशा ध्यानाच्या स्थितीतून बाहेर यायचं आहे. ध्यानातून बाहेर येताना, हळुवार श्वास घ्यावा, तसाच हळुवारपणे सोडावा... हाताच्या आणि पायाच्या बोटांची किंचित हालचाल करावी... सावकाश डाव्या कुशीवर वळावं... काही क्षण त्याच स्थितीत राहून शरीर-मनाची शांत, शिथिल, आनंदमय अवस्था अनुभवावी. आता डोळे मिटलेलेच ठेवून, दोन्ही हातांच्या आधाराने उठून बसावं... परत एकदा शरीर-मनाची शांत, शिथिल, आनंदमय अवस्था अनुभवावी. शेवटी हातांचे तळवे अलगद डोळ्यांवरून फिरवत सावकाश डोळे उघडावेत.

हे इतकं साधंसोपं ध्यान आहे. खरंतर प्रत्येकानेच ते करून त्यातून मिळणारा अवर्णनीय असा आनंद जरूर अनुभवावा.

काही आजार, व्याधी, त्रास असलेल्यांसाठी हे ध्यान एखाद्या प्रभावी औषधासारखं, परिणामकारक उपचाराप्रमाणे काम करतं.

कर्करोग असलेल्या व्यक्तींसाठी विशेष उपयोगी

दीर्घ काळचं आजारपण, त्यावर बराच काळ चालू असलेले उपचार यांमुळे व्याधिग्रस्त व्यक्ती काही वेळा अतिशय थकून जाते. विशेषतः, कर्करोगाच्या उपचारासाठी दिली जाणारी केमोथेरपी, तसंच डायबिटीसमुळे करावं लागणारं डायलिसिस ही यापैकी काही उदाहरणं आहेत. असे अनेक साधक माझ्याकडे येतात. अशा वेळी, त्या व्यक्तीच्या मनाला, तसंच शरीराच्या प्रत्येक पेशीला अगदी गाढ विश्रांतीची गरज असते.

हे ध्यान केल्यामुळे त्यांच्या चेहऱ्यावरची प्रसन्नता, अननुभूत असा आनंद केवळ अवर्णनीय असतो! प्रणव निद्रा ध्यानामुळे अल्पावधीतच सखोल अशी विश्रांती निश्चितपणाने मिळते. याचे फायदे दोन स्तरांवर मिळतात : हुशारी आणि टवटवीतपणामुळे बरं वाटतंच! अशा आनंदी आणि सकारात्मक मनःस्थितीमध्ये केलेल्या उपचारांचा फायदा हासुद्धा अनेक पटींनी वाढतो. परिणामतः ती व्यक्ती आजारातून चांगल्या प्रकारे आणि लवकर बाहेर पडायला मदत होते.

संकल्पदृश्य

- मानस वारी ध्यान
- पर्जन्य ध्यान
- चंद्र ध्यान पौर्णिमेचं!

मानस वारी ध्यान

भाजून काढणारा वैशाखवणवा संपून ज्येष्ठाचा पाऊस सुरू होतो, आणि चाहूल लागते ती पंढरीच्या वारीची! मराठी मातीत जन्माला आलेल्या प्रत्येकाला पांडुरंगाच्या दर्शनाची ओढ असते. मात्र, सगळ्यांनाच वारकरी होऊन प्रत्यक्ष वारीत सामील होणं जमतंच असं नाही. अशा भाविकांना घरबसल्याही 'मानस वारी ध्यान' या अनोख्या योगिक ध्यानपद्धतीतून पंढरपूरच्या यात्रेचा अनुभव घेता येतो... खरोखरच पांडुरंगाच्या चरणाचं दर्शन घडू शकतं!

लाखो वारकरी घरसंसार विसरून, तहानभूक हरपून त्या विठ्ठलाच्या दर्शनासाठी का बरं जात असावेत... याचं उत्तर शोधण्याची उत्सुकता ज्याच्या मनात दाटलेली आहे, अशा कुणालाही हा आगळावेगळा अनुभव नक्की घेता येईल.

चला तर मग, विठ्ठलदर्शनाच्या अपूर्व सोहळ्याचा अनुभव घेऊ!

या ध्यानासाठी आपल्या घरातलीच एखादी शांत जागा निवडावी. शरीर शिथिल, श्वसन संथ, मन शांत अशी स्थिती धारण करत डोळे मिटून स्वस्थ बसावं.

मनानेच डोळ्यांसमोर एक संकल्पदृश्य साकार करावं –

देहू आणि आळंदीतून ज्ञानोबामाउली, तुकोबारायांच्या पालख्या पंढरपूरच्या दिशेने निघालेल्या आहेत... पालखीच्या मागोमाग भावभक्तीची पताका अभिमानाने मिरवत असंख्य दिंड्या चालल्या आहेत... आपणही या वारीतले एक वारकरी होऊन दिंडीत सामील झालेले आहोत...

रस्त्याच्या दोन्ही बाजूंना हिरवीगार दाट झाडी आहे... सर्वदूर पिकांनी बहरलेली शेतं दिसत आहेत... डोळ्यांना तृप्त करणारी ही नेत्रसुखद हिरवाई अनुभवत आपण मार्गक्रमणा करत आहोत... मध्येच पावसाची एखादी जोरदार सर येत आहे... नामगजरात दंग असलेल्या भक्तांना चिंब भिजवून जाते आहे... सगळा आसमंत विठ्ठलनामात बुडून गेला आहे... 'ज्ञानोबा माउली तुकाराम'च्या गजराने सगळं भावविश्व जणू दुमदुमून गेलं आहे... वारकरी तल्लीन होऊन, देहभान हरपून टाळ-चिपळ्या-मृदंगाच्या तालावर नाचत आहेत....

हरिनामात दंग होऊन आपणही विठ्ठलरूप होत वाटचाल करत आहोत... आता पंढरपूरच्या अगदी जवळ आलेले आहोत... चंद्रभागेच्या तीरावर, त्या वाळवंटात क्षणभर विसावलो आहोत... दुरूनच देवळाच्या कळसाचं दर्शन होत आहे... त्यामुळे प्रत्यक्ष पांडुरंगाच्या दर्शनाची तळमळ आता अधिकच तीव्र झाली आहे... हरिनामाचा गजर करत-करत आपण देवळाच्या दिशेने निघालो आहोत....

ज्ञानोब्बाऽऽ माउऽऽली तुकारामऽऽ
ज्ञानराजऽऽ माउऽऽली तुकारामऽऽ
ज्ञानोब्बाऽऽ ज्ञानोब्बाऽऽ ज्ञानोब्बाऽऽ ज्ञानोब्बाऽऽ
तुकोब्बाऽऽ तुकोब्बाऽऽ तुकोब्बाऽऽ तुकोब्बाऽऽ
ज्ञानबाऽऽ तुकाराम... ज्ञानबाऽऽ तुकाराम...

आता अगदी देवळाच्या दारात उभे आहोत... 'देवाचिये द्वारी उभा क्षणभरी' असा विचार मनात आला अन् त्याच क्षणी 'सायुज्य, सालोक्य, सारूप्य, सामिप्य' या चारही मुक्ती 'याची देही याची डोळा' प्राप्त झाल्या... या मुक्त अवस्थेतच आपण कधी देवळाच्या गाभाऱ्यात प्रवेश केला, कळलंच नाही... समोर ते 'सावळे सुंदर रूप मनोहर' खरोखरच अवतरलं आहे... विठ्ठलरखुमाईचं दर्शन घेताना डोळ्यांतून

घळाघळा अश्रुधारा वाहू लागल्या... अत्यंत प्रेमभराने आपण पांडुरंगाच्या चरणी लीन झालो आहोत... त्या पावलांना अगदी घट्ट मिठी घातली... आपली ही अवस्था म्हणजेच ध्यान! हेच ते आपल्या संतांनी हजारो वर्षांपासून वर्णिलेलं ध्यान!

काही क्षण ही अपूर्व अशी विदेहावस्था, अमन अवस्था अनुभवल्यावर आता आपण अगदी सावकाश ध्यानातून बाहेर येऊ या.

मनाची ताकद विलक्षण असते. श्रद्धापूर्वक अंतःकरणाने हे ध्यान करून अनेक योगसाधक खरोखरच वर्षानुवर्षं घरबसल्या विठ्ठलभेटीचा स्वर्गसोहळा अनुभवत आहेत. साधकांना येणारा हा 'ध्यानानुभव' म्हणजे केवळ अंधश्रद्धा नसून 'विज्ञानानुभव' आहे, अशी माझ्यासह अनेक योगसाधकांची खात्री पटली आहे. ही अनुभूती अनेकदा शास्त्राच्या कसोटीवर घासून पाहिल्यावर विलक्षण गोष्टी सामोऱ्या आल्या!

निरंतर योगसाधना करणाऱ्या साधकाला देवाची भक्ती, परमेश्वराचं चिंतन करताना अपार आनंद मिळतो. मनात उमटणाऱ्या भावना-विचार-विकारांचं स्पष्ट प्रतिबिंब मेंदूतल्या रसायनांमध्ये दिसतं. 'डोपामाइन' नावाचं रसायन मेंदूत पाझरलं की आनंदाची, सुखाची भावना निर्माण होते. प्रेम, संगीत, खेळ अशा गोष्टींमुळेही हेच रसायन मेंदूत स्रवतं. परमेश्वराशी एकरूपत्व साधलं की होणारा आनंद अतुलनीय असतो, त्यामुळे या ध्यानात तर ते खूपच स्रवत असणार!

मेंदूवर जगभर प्रचंड संशोधन सुरू आहे. विज्ञानाच्या कक्षेत न येणाऱ्या अनेक विषयांमध्ये वैज्ञानिक डोकावत आहेत. 'मेंदूविज्ञानावर आधारित धर्मशास्त्र' (न्यूरोथियोलॉजी) या विषयात होणाऱ्या संशोधनामुळे वर्षानुवर्षांचे गैरसमज मोडीत निघत आहेत. त्यामागचं वैज्ञानिक तत्त्व लक्षात येत आहे. भविष्यातही बरंच काही समोर येईल याची शास्त्रज्ञांना खात्री आहे.

मानस वारी ध्यान करून प्रत्येकाला विठ्ठलाचा शोध लागेल की नाही ते सांगता येत नाही; आपल्या स्वतःचा शोध मात्र नक्कीच लागेल! आपण स्वतःला जास्त चांगलं ओळखायला लागतो, हे मात्र निश्चित!

पर्जन्य ध्यान

एका रविवारी बहिणीकडे गेलो होतो. आठवडाभर काम करून कंटाळलेली माझी 'आयटीयन' भाची छानसा मेकअप करून भटकायला निघण्याच्या तयारीत होती. तेवढ्यात जोरदार पाऊस सुरू झाला. बराच वेळ झाला तरी तो थांबण्याचं नावच घेईना! भाची अस्वस्थ होत चालली होती. तिची धुसफुस सुरू झाली. 'मामा, बघ ना रे... नेमका कसा टपकलाय हा दुष्ट पाऊस!' असं म्हणत तिने लाडक्या मामापाशी तक्रार नोंदवली.

मी तिला म्हटलं, ''अग, शेवटी निसर्ग आहे तो... आपलं नियंत्रण नसतं काही त्याच्यावर. जरा शांत बस बघू! आज मी तुला या पावसाचा आनंद कसा घ्यायचा, ते शिकवतो. पूर्ण लक्ष आता फक्त या पावसावर केंद्रित करायचं आहे... बरं का! शांतपणे डोळे मिटून माझं बोलणं फक्त ऐकत राहा.'' बिच्चारी! करते काय... निमूटपणे माझ्यासमोर डोळे मिटून बसली. मग सुरू झालं आमचं 'पर्जन्य ध्यान'.

मी बोलायला लागलो...

पावसाविना हा निसर्ग अपूर्ण आहे. पाऊस म्हटलं की त्याची वेगवेगळी रूपंही आलीच....

मनाला प्रसन्न करणारा...

आल्हाद देणारा...

धोधो बरसणारा...

वाऱ्याच्या वावटळीशी खेळणारा...

कधी विजांच्या कडकडाटातला, तर कधी भर उन्हात पडणारा...
कधी बोचरा, तर कधी रेशीमस्पर्शी...
कधी ताडताड, तर कधी हळुवार...
माळरानावर होतो बेभान...
पानाच्या सांदीत मात्र गपगुमान...
अशी अनेक रूपं घेऊन पाऊस आपल्याला भेटत राहतो.

पावसाचा एखादा थेंबही तृषार्त तनमनात आनंदाची असंख्य कवाडं खुली करतो. सुकलेल्या रोपट्याना ताजंतवानं करतो. पावसाच्या प्रत्येक थेंबागणिक बळीराजा सुखावतो.

पशुपक्षी, माणसं, झाडंझुडपं... प्रत्येकाला हवाहवासा वाटणारा पाऊस... पिंडीला बेल वाहताना सोबतीला असणाऱ्या श्रावणसरी... पावसाला मंजुळ साद घालणारा पावशा... पहिल्या थेंबासाठी आसुसलेला चातक... सगळे आपले जिवलग सोबती बनतात.

वर्षासरींनी सुखावणारी धरती हिरवा शालू नेसून नववधूसारखी नटते. असा हा पाऊस... कधी मनाला सुखावणारा, तर कधी रुद्रावतार घेऊन दुखावणाराही! वेळापत्रक धुडकावून अचानक थैमान घालणारा अवकाळी पाऊस... वैशाखवणव्यात सगळीकडे शांत-शांत असतानाच अचानक वेडावलेलं वारं सुटतं... लांबून गार वाऱ्याबरोबर मातीचा सुगंध येतो... मनाला तृप्त करतो... अगदी क्षणभरच! पुढच्याच क्षणी सोसाट्याच्या वाऱ्यासह पडणारा पाऊस जिवाला भेदरून सोडतो... मे महिन्यात गडागडाटी वळीव येतो आणि गारांच्या वर्षावाने जीभ थंडथंडुली करून सोडतो.

मग येतो उन्हाळा संपल्याची चाहूल देत मान्सूनपूर्व पाऊस! जूनच्या मध्यावर मान्सूनचं आगमन होतं आणि झाडंझुडपं हिरवीगार होतात... सगळीकडे हिरवळ पसरते... नदी-नाले-ओढे ओसंडून वाहू लागतात... काळ्याकुट्ट ढगांनी भरलेलं आभाळ बरसायला सुरुवात करतं....

पाऊस मनात खूप आठवणी जागवतो.

चिंब पावसात खेळलेले खेळ... पाण्यात कागदाच्या सोडलेल्या होड्या... बहरलेलं माळरान... रानात कानी पडलेला मोरांचा आवाज!

झोडपणारा धुवांधार पाऊस मनंही धुऊन लख्ख करतो.

पर्जन्यसूक्तात काही सुंदर ऋचा आहेत. भाची एव्हाना ध्यानात छान रमत चालली होती, हे ओळखून या ऋचांचा मराठी भावार्थ मी म्हणायला सुरुवात केली –

नभ भरते मेघांनी।
जगा पोसावया जणू।
भूवरी धान्य समृद्धि।
आणि होतसे विपुल ती।

पावसाची थोरवी ऋषीमुनींना उमगली. त्यातून जन्माला आलं पर्जन्यसूक्त. ऋग्वेदातल्या या स्तोत्रात पावसाच्या महत्त्वाचं, अनंत शक्तीचं वर्णन आहे. प्रत्येक श्लोकात विशिष्ट अर्थ, गहन तत्त्वज्ञान आहे. पर्जन्यशक्तीमुळे उगवणारं अन्नधान्य, वनस्पती, जीवसृष्टी यांचं वर्णन आहे.

पर्जन्यसूक्ताला भारतीय परंपरेत धार्मिक, सांस्कृतिक महत्त्व आहे. पर्जन्यसूक्तामध्ये मंत्रशक्तीही दडलेली आहे. शेतांमध्ये चांगला पाऊस पडावा, जोमदार पिकं, पर्यावरण संतुलनासाठी ही वरुणाची प्रभावी प्रार्थना आहे.

आकाशात ढग जमले, सरींवर सरी कोसळू लागल्या की बोरकरांच्या पावसाळी कविता आठवतात! *घन बरसे रे, जलद भरुनी आले, खिडक्यांवर वाजे वारा, झाले हवेचे दही* अशा कविता म्हणजे पर्जन्यसूक्तंच आहेत. या कविता अनुभवताना भोवतालचा निसर्ग आपल्याला वेगळाच भासू लागतो.

आमचं ध्यान संपता-संपता पावसानंही आता भैरवी गायला सुरुवात केली होती. थोड्या वेळातच तो थांबला आणि आमचं ध्यानही पूर्ण झालं. पावसामुळे आजूबाजूला निर्माण होणारे वेगवेगळे आवाज शांतपणे डोळे मिटून ऐकत राहणं हेसुद्धा कुणालाही जमेल, असं साधं-सोपं ध्यान आहे. पर्जन्य ध्यानाने मनात शांतता, सकारात्मक ऊर्जा निर्माण झाल्याचा अनुभव अनेकांनी वेळोवेळी सांगितला आहे. साहित्य, संस्कृती, वैदिक तत्त्वज्ञानावर आधारलेलं हे पावसाचं ध्यान नक्कीच करायला हवं.

चंद्र ध्यान पौर्णिमेचं!

चंद्र आणि सूर्य... सांस्कृतिक, आध्यात्मिक, सामाजिक अशा अनेक पातळ्यांवर आपल्या सगळ्यांच्याच मनात अढळ स्थान असणारे विषय. चंद्राला आपण दैवत मानतो.

कला, साहित्य, विज्ञान क्षेत्रांतल्या प्रतिभावंताना तो नेहमीच भुरळ पाडत आला आहे. त्याबरोबर आपल्या परंपरेने चंद्राचा दैवत म्हणूनही स्वीकार केलेला आहे. योगशास्त्र, ध्यानविद्येच्या अभ्यासकांनाही 'चंद्रनाडी', 'सहस्त्रार चक्रातलं चंद्रामृताचं तळं' या संकल्पना नवीन नाहीत. योगाच्या क्षेत्रात चंद्राच्या ध्यानाला वेगळंच महत्त्व आहे.

चंद्र ध्यान म्हणजे काय, ते का आणि कसं करायचं, त्यामागचं अध्यात्म, विज्ञान समजून घेऊ या.

एखाद्या पौर्णिमेच्या रात्री, चंद्राचा जास्तीत जास्त प्रकाश आपल्या अंगावर पडेल अशा प्रकारे बसावं. डोळे मिटून घ्यावेत. मनात पुढीलप्रमाणे विचार आणावेत –

चांदण्यांच्या वर्षावात आपल्याला चंद्रस्नान घडत आहे...
चांदण्यांची शीतलता शरीरात, मनात थंडावा निर्माण करते आहे...
त्यातला कोमलतेचा शिडकावाही अनुभवायला मिळतो आहे...
चांदण्योत न्हाऊन निघण्याचं स्वर्गीय सुख मिळत आहे...

चंद्रकिरण शरीराच्या रोमारोमांत भिनत आहेत...
आपण निसर्गाशी एकरूप होत आहोत...
हा थंडावा, शीतलता शरीरातल्या सगळ्या यंत्रणांचं संतुलन साधत आहेत...
चंद्राची गूढ ऊर्जा प्रत्येक पेशीत शोषली जाते आहे...
चंद्रस्नान हे मनाला शांत-शांत करत चाललं आहे...
मनात निर्माण होणारे विचार, भावना संतुलित होत आहेत...
मनात एक परिपूर्ण, संपूर्ण शांततेची भावना प्रस्थापित होत आहे....

गुरुपौर्णिमा ध्यान

गुरुपौर्णिमेला वर दिल्याप्रमाणे ध्यान करतानाच आणखी काही भावना मनामध्ये धारण कराव्यात.

आपल्या सद्गुरूंचं स्मरण करून ध्यानाला बसावं.

दोन्ही तळहात ओंजळ करून दोन्ही गुडघ्यांवर ठेवावेत. त्या ओंजळीत चांदणं भरून वाहत आहे... अशी कल्पना करावी. ती शांत-शीतल चंद्रकळा ओंजळीतून आता रंध्रारंध्रांत झिरपते आहे... आपलं सर्वांग निववित आहे... अंगांगात बहरून डोलू लागली आहे... सद्गुरूंच्या कृपापौर्णिमेच्या चांदण्यात जीवनाची वाट उजळून निघाली आहे....

निरनिराळ्या पौर्णिमा आणि पौर्णिमेचं महत्त्व

फक्त भारतातच नाही; तर आशिया खंडातल्या जवळपास सर्वच देशांतले पारंपरिक सण आणि उत्सवांमध्ये चंद्र हा केंद्रस्थानी असतो. हिंदू पंचांगाप्रमाणे प्रत्येक महिन्यात पौर्णिमा ही एकदा येते. वर्षभरातल्या या सगळ्या पौर्णिमा अतिशय महत्त्वाच्या व्यक्तींशी, घटनांशी कशा जोडल्या गेल्या आहेत... बघा हं!

- चैत्रपौर्णिमा म्हणजे हनुमान जयंती
- वैशाख पौर्णिमेला बुद्ध पौर्णिमा म्हणतात. भगवान बुद्धांचा जन्म, ज्ञानप्राप्ती आणि निर्वाण या तीनही घटना पौर्णिमेलाच घडलेल्या आहेत!
- ज्येष्ठ पौर्णिमा म्हणजे वट पौर्णिमा
- आषाढात येणारी पौर्णिमाही अध्यात्म, योग या सर्वच दृष्टीने अत्यंत महत्त्वाची आहे. ती म्हणजे गुरुपौर्णिमा.
- श्रावण पौर्णिमा म्हणजेच नारळी पौर्णिमा किंवा राखी पौर्णिमा.
- आपल्याला हवीहवीशी वाटणारी कोजागरी पौर्णिमा आश्विन महिन्यात येते.
- कार्तिक पौणिमेला त्रिपुरी पौर्णिमा म्हणतात; तर मार्गशीर्षातली पौर्णिमा म्हणजे दत्त जयंती.
- पौषात शाकंभरी; तर फाल्गुनात होळी पौर्णिमा!

वर्षभरातल्या सगळ्याच पौर्णिमा या उपासना आणि साधनेच्या दृष्टीने किती महत्त्वाच्या आहेत, हे यावरून लक्षात येईल. पौर्णिमेला उगवणाऱ्या पूर्ण चंद्राच्या साक्षीने केलेली साधना, उपासना निश्चितपणे आरोग्यदायी ठरते. चंद्राची गूढ शक्ती ही खगोलीय ऊर्जेचं प्रतीक मानली जाते. त्यामुळे योगी, ध्यानसाधक यांच्या दृष्टीने चंद्र ध्यानाला एक वेगळाच अर्थही आहे.

मानवी मन आणि चंद्राची ऊर्जा

चंद्रप्रकाश हा अनेक प्रकारच्या व्याधी, विशेषतः मानसिक आजारांसाठी औषधासारखा उपयोगी पडतो. समुद्राची भरती-ओहोटी ही चंद्रावर अवलंबून असते. मानवी मनातल्या भावभावनांचं उचंबळून येणं किंवा शांत होणं हे भरती-ओहोटीशी संबंधित आहे, असं अनेक अभ्यासातून मांडलं गेलं आहे.

'लुना' या लॅटिन शब्दाचा अर्थ चंद्र. 'लूनाटिक' (वेडसरपणा) हा शब्दही त्यापासूनच बनलेला आहे. मानसोपचारतज्ज्ञांना पुष्कळ लोक पौर्णिमेदरम्यान अधिक भावनिक झाल्याचं लक्षात येतं. हे सिद्ध करण्यासाठी पुरेसे वैज्ञानिक पुरावे गोळा करण्याचं काम जगभर झालेलं आहे आणि अजूनही सुरू आहे. म्हणूनच, चंद्राची ऊर्जा ही आपल्याला वर्तमान क्षणात ठेवायला साहाय्यक ठरते, तसंच सकारात्मकतेलाही चालना देते.

असंख्य मानसिक रुग्णांवर झालेल्या अभ्यासातून मनोवैज्ञानिकांच्या हे लक्षात आलं की, चंद्राचा संबंध अनेकदा भावनांमध्ये वारंवार होणाऱ्या बदलांशी (मूड स्विंग) असतो. चंद्राच्या कला या एखाद्या व्यक्तीच्या मानसिक स्थितीवर परिणाम करू शकतात.

चंद्र आणि मानवी प्रजनन क्षमता

चंद्राच्या कला, उगवणं, मावळणं यांचा स्त्रियांच्या प्रजननक्षमतेशी थेट संबंध मानला जातो. चंद्राच्या कला आणि स्त्रियांची मासिक पाळी एकमेकांशी जोडलेल्या आहेत. काही स्त्रियांची मासिक पाळी ही विशिष्ट चंद्राच्या अवस्थांशी जुळते.

अमावास्या ही सामान्यतः मासिक पाळीशी संबंधित असते; तर पौर्णिमा ही बीजधारणा, बीजफलन (ओव्ह्यूलेशनशी) संबंधित असते. यावरून असं म्हणता येईल की, एकूणच मानवी पुनरुत्पादन प्रक्रिया ही बऱ्याच प्रमाणात चंद्राच्या प्रभावाखाली असते. चंद्राच्या गुरुत्वाकर्षणाचा प्रभाव शरीरातल्या द्रवपदार्थांच्या पातळीवर (यात अतिमहत्त्वाचे असे हार्मोन्सही आले) होतो, असा अनुभव अनेकदा येतो. भरती-ओहोटीवरही तो तसाच परिणाम करतो.

आयुर्वेदाच्या दृष्टिकोनातून कोजागरी पौर्णिमा

कोजागरी पौर्णिमेला चंद्र पृथ्वीच्या अतिशय जवळ आलेला असतो. त्याचे प्रकाशकिरण अखिल जीवसृष्टीकरिता फारच लाभदायक असतात. आयुर्वेदानुसार, अनेक प्रकारच्या वनौषधींमधले औषधी गुण हे या चंद्रप्रकाशाच्या किरणात सिद्ध होतात, वर्धीष्णू (वाढ) होतात.

चला तर मग, येत्या पौर्णिमेपासूनच चंद्रध्यान करायला सुरुवात करू या!

योग प्रक्रिया

- 'ध्यान करू या तेजाचे!'
- आसनस्थ... ध्यानस्थ...
- 'सूक्ष्म योग' ध्यान
- सायक्लिक मेडिटेशन
- सिंहमुद्रा ध्यान करा... तणावमुक्त व्हा!
- शांभवी मुद्रा ध्यान

‘ध्यान करू या तेजाचे!’

‘भारतीय संस्कृती आणि परंपरा ही अतिशय प्राचीन आणि तितकीच वैभवशाली आहे!’ हे विधान आपण नेहमी ऐकतो, वाचतो. असं का म्हटलं जातं, त्यामागची कारणं काय आहेत, हे आजच्या तरुण पिढीला नीट कळायला हवं! निर्गुण निराकार ईश्वराच्या सगुण साकार रूपात केल्या जाणाऱ्या उपासनेत आपल्या या संस्कृतीचं मोठेपण लपलेलं आहे.

‘पृथ्वी, आप, तेज, वायू आणि आकाश या निसर्गातील घटकांना, पंचमहाभूतांना आपण देवत्व बहाल करतो. त्यांच्याविषयी सदैव कृतज्ञता बाळगतो. अशी ही अगदी साधीसोपी उपासना आहे. सहजता, साधेपण हेच तर या परंपरेचं सगळ्यांत मोठं वैशिष्ट्य आहे. हजारो वर्षांपूर्वी होऊन गेलेल्या ऋषींमुनींपासून ते आधुनिक युगातल्या साहित्यिक, शास्त्रज्ञांपर्यंत सगळ्यांनी अशाच एका दिव्य निसर्गघटकाची, म्हणजे सूर्याची महती गायलेली आहे.

पंचमहाभूतांमधल्या तेजाची उपासना म्हणजे भगवान सूर्यनारायणाचं ध्यान. भारतातच नाही; तर अनेक देशांत भक्तगणांनी आपापल्या लाडक्या देवतांची देवळं बांधलेली आहेत. साहजिकच, या देवतेचं दर्शन घेण्यासाठी घरातून उठून आपल्याला देवळात जावं लागतं. याउलट, सूर्य ही अशी एकमेव देवता आहे, की जी आपल्याला भेटण्यासाठी किरणांच्या रूपाने आपल्या घरात प्रवेशते. नियमितपणे भक्तांना प्रत्यक्ष रूपाने दर्शन देते. अशा या आगळ्यावेगळ्या, वैशिष्ट्यपूर्ण देवतेचं ध्यान कसं करायचं, ते आपण पाहणार आहोत.

सूर्योदयाच्या सुमारास पूर्वेकडे तोंड करून, डोळे मिटून पूर्ण भक्तिभावाने, श्रद्धेने प्रथम या देवतेला मनापासून नमस्कार करावा. नंतर १४ साष्टांग सूर्यनमस्कार घालावेत. नमस्काराचे मंत्र आपल्याला पाठ असतील तर उत्तमच! मंत्र म्हणता येत नसतील तर मंत्राशिवाय घालायलाही काही हरकत नाही.

हे मंत्र पुढीलप्रमाणे आहेत :

१. ॐ ह्रां मित्राय नमः
२. ॐ ह्रीं रवये नमः
३. ॐ ह्रूं सूर्याय नमः
४. ॐ ह्रैं भानवे नमः
५. ॐ ह्रौं खगाय नमः
६. ॐ ह्रः पूष्णे नमः
७. ॐ ह्रां हिरण्यगर्भाय नमः
८. ॐ ह्रीं मरीचये नमः
९. ॐ ह्रूं आदित्याय नमः
१०. ॐ ह्रैं सवित्रे नमः
११. ॐ ह्रौं अर्काय नमः
१२. ॐ ह्रः भास्कराय नमः

यानंतर

१३. ॐ श्री सवितृ सूर्यनारायणाय नमः।

हा मंत्र म्हणून तेरावा नमस्कार घालावा.

सगळ्यांत शेवटी

ॐ ह्रां ह्रीं ह्रूं ह्रैं ह्रौं ह्रः मित्र रवी सूर्य भानू खग पूषण हिरण्यगर्भ मरिच्यादित्य सवितृ अर्क भास्करेभ्यो नमो नमः।

हा सूर्य मंत्र म्हणून चौदावा नमस्कार घालून उपासनेची सांगता करावी. (काही ठिकाणी १२ सूर्यनमस्कार झाल्यावरही थांबतात). १२ मंत्रांचा उच्चार करताना कधी-कधी ते आठवत नाहीत. म्हणून हा सूर्यमंत्र मोठा वाटला तरी पाठ करावा. म्हणजे इतर मंत्र विसरले तरी क्रमानुसार आठवता येतात. अशा प्रकारे १४ सूर्यनमस्कार शास्त्रशुद्धरीत्या घालावेत.

सूर्यनमस्कार

- सूर्यनमस्कार घालून झाल्यावर आपल्याला सुखावह वाटेल अशा कोणत्याही आसनात बसावं. पद्मासन, सिद्धासन, अगदी साधी मांडीही (सुखासन) चालेल.
- डोळे अलगद मिटून घ्यावेत.
- डोंगराआडून सूर्याचं केशरी बिंब हळूहळू वर येतं आहे... असं दृश्य डोळ्यांसमोर साकार करावं.
- सूर्याच्या उदयाबरोबर माझ्याही मनात उत्साह, आनंद, चैतन्य, ऊर्जा यांचा उदय होतो आहे, अशी भावना प्रकर्षाने मनात धारण करावी.
- सूर्याच्या दिव्यतेजावर मन एकाग्र करून पुढील विचार मनात आणावेत :

संपूर्ण विश्वाला नवजीवन प्राप्त करून देणाऱ्या त्या सूर्याचे पवित्र किरण माझ्या शरीरातल्या प्रत्येक पेशीपर्यंत जाऊन पोहोचत आहेत... 'तीनशे ट्रिलीयन' इतक्या प्रचंड मोठ्या संख्येने असणाऱ्या पेशींपासून माझं शरीर बनलेलं आहे... या प्रत्येक पेशीला या दिव्यत्वाचा स्पर्श होतो आहे... भास्कराची ऊर्जा ही पृथ्वीतलावरची सर्वश्रेष्ठ अशी ऊर्जा आहे... शरीर, मन, बुद्धी, भावना अशा सर्व स्तरांवर तरल, सुखद, विलक्षण आनंददायक, अननुभूत अशा लहरी निर्माण होत आहेत... शरीर-मनात असलेले ताणतणाव, भीती, नकारात्मकता, कमतरता, अशुद्धी, रोग, आजार बाहेर निघून गेले आहेत. सकारात्मकता, आत्मविश्वास, निरोगत्व, निरामयता, पावित्र्य तनामनांत भरून राहिली असल्याचा एक अनोखा अनुभव मी घेत आहे....

काही मिनिटं अशा मन:स्थितीचा आनंद अनुभवत राहावं. हेच सूर्यनारायणाचं ध्यान आहे!

या सूर्य ध्यानाचे खूप फायदे आपल्याला मिळतात. विज्ञान, अध्यात्म, योग, उपासना अशा सर्व दृष्टिकोनातून हे ध्यान अतिशय महत्त्वाचं ठरलं आहे. 'वर्क फ्रॉम होम' कार्यपद्धतीमुळे सध्याच्या तरुण पिढीला 'ड' जीवनसत्त्वाच्या अभावामुळे होणाऱ्या व्याधींचा फार मोठ्या प्रमाणात सामना करावा लागतो आहे.

घराच्या गच्चीवर, बागेत, मोकळ्या जागेत सूर्य ध्यान करताना सकाळचे कोवळे किरण अंगावर पडतात; त्यामुळे शरीरात विशिष्ट प्रक्रिया होऊन 'ड' जीवनसत्त्व तयार होतं. हृदयविकार, त्वचाविकार, रक्तदोष यासाठीही सूर्यकिरणाचं अपार महत्त्व आहे. रक्तक्षयाची दुर्धर व्याधी असणाऱ्या रुग्णांना अॅलोपॅथीचे डॉक्टरही मुद्दाम सूर्यकिरणस्नान द्यायला सांगतात. सूर्यकिरण हे शरीराला उष्णता देतात. त्यामुळे घामावाटे शरीरातली विषद्रव्यं बाहेर पडतात. 'हाडं मजबूत असणं हे सूर्यप्रकाशावर अवलंबून आहे' हे एक वैज्ञानिक सत्य आहे.

एवढे सगळे लाभ मिळत असतील तर सगळ्यांनी मिळून नक्कीच एकसुरात म्हणायला हवं 'ध्यान करू या तेजाचे!'

आसनस्थ... ध्यानस्थ...

योगासनातून ध्यानाकडे

एखाद्या विद्युल्लतेप्रमाणे तिचं शरीर सळसळत होतं... एका आसनातून तिने दुसऱ्या आसनात कधी प्रवेश केला, हे प्रेक्षकांना कळण्यापूर्वीच गिरकी घेत क्षणार्धात ती आणखी पुढच्या अवघड आसनात गेलेलीही असायची! दहा मिनिटांत २५-३० आसनं करून ती मंचावरून खाली उतरली. टाळ्यांच्या कडकडाटात सर्कसचा तंबू दुमदुमून गेला!

खेळ संपल्यावर एक वार्ताहर त्या सर्कससुंदरीला भेटायला गेला. पस्तिशीतल्या त्या सर्कससुंदरीला जवळून पाहताना त्याला आश्चर्याचा धक्काच बसला! तंबूतला खेळ पाहताना दुरून तिचं शरीर किती छान, सडसडीत भासत होतं. प्रत्यक्षात मात्र अनेक वर्ष 'सर्कस-आसनं' करून अशक्त (ॲनिमिक) झालेलं तिचं शरीर, सुरकुतलेली त्वचा पत्रकारासमोर विदारक सत्य मांडत होती! लांबून (मेकअपमुळे) आकर्षक वाटणारा चेहरा, डोळे, गाल जवळून वेगळंच काही सांगत होते.

अनेक वर्षं ती 'दहा मिनिटांत ३० अत्यंत अवघड अशी आसनं करणे' हा प्रेक्षकांना विस्मयचकित करणारा खेळ करून दाखवत आलेली होती. मात्र, त्यापायी आलेल्या ताणामुळे निस्तेज त्वचा, खोल गेलेले डोळे, दुखणारे सांधे हे दाहक वास्तव तिच्या वाट्याला आलं होतं. 'दिसणं' आणि 'असणं' यातला फरक त्या पत्रकाराला 'चक्षुर्वै सत्यम्' पाहायला मिळाला!

सध्याच्या काळात अनेक योगप्रेमी हे 'योगासनं' म्हणून अशीच 'सर्कसासनं' करताना आपल्याला दिसतात. योग्य मार्गदर्शन मिळालं नाही, वेळीच जाग आली नाही, तर या साधकांनाही काही वर्षांनी कदाचित अशाच शारीरिक, मानसिक स्थितीचा सामना करावा लागू शकतो! योगासनं आणि सर्कस-आसनं यात जमीन-अस्मानाचा फरक आहे; हे योगशिक्षक आणि योगसाधकांनी वेळोवेळी समजून घेतलं पाहिजे.

'योगशास्त्राचे जनक' मानल्या गेलेल्या पतंजली ऋषींनी आसनं कशी करावीत, याबद्दल केवळ तीनच सूत्रातून, अतिशय कमी शब्दांत; पण महत्त्वाचं मार्गदर्शन केलेलं आहे. ते म्हणतात –

|| स्थिर सुखम् आसनम्। ||

अतिशय सावकाश, शांतपणे निर्माण केलेली शरीराची स्थिती म्हणजे आसन. ते स्थिर आणि सुखावह असंच असायला हवं.

|| प्रयत्न शैथिल्य अनंत समापत्तिभ्याम् ||

आसन करताना शरीर आणि स्नायूंमध्ये प्रयत्नपूर्वक शिथिलता आणायला हवी. शरीर आणि मन शिथिल झालं की साहजिकच आपली जाणीव ही स्वतःपुरती संकुचित न राहता व्यापक होते, विस्तारते. सगळ्या विश्वात भरून राहिलेल्या अनंत अशा ईश्वरी तत्त्वाशी जाणीव एकरूप झाल्याचा आनंद हा केवळ स्वर्गीय असा असतो!

|| ततो द्वंद्वान् अभिघातः। ||

अशा प्रकारे अभ्यास केला तर मन अतिशय शांत होतं. एरवी आपल्या मनात अगदी क्षुल्लक कारणावरूनही सतत द्वंद्व चाललेलं असतं... 'हे करू की ते करू?', 'आत्ता जेवावं की थोड्या वेळाने जेवावं?' अशा प्रकारचं. मन शांत झालं की आपोआपच ही सगळी द्वंद्व शमतात, थंडावतात.

खरंतर पतंजली मुनींची ही योगसूत्रं म्हणजे, सहज सोप्या ध्यानासंबंधीचं मार्गदर्शन आहे. हल्ली कोणत्या योगाच्या क्लासमध्ये किती आसनं घेतात, यावरून चढाओढ चाललेली असते. वरून आकर्षक जाहिरातींचा मारा असतो. साहजिकच, सामान्य माणसाची पावलं जिकडे भरपूर आसनं घेतात, त्या क्लासकडे वळली नाहीत तरच आश्चर्य! ही आसनं शिकवणाऱ्या संस्थेचा दर्जा, तिथल्या योगशिक्षकांच्या ज्ञानाची पातळी याबाबतीत फारसं पाहिलंच जात नाही!

दररोजच्या सरावात आसनं 'किती' केली, यापेक्षा 'कशी' केली हे पाहणं फार गरजेचं आहे. मुळात 'आसन' हा शब्द कसा तयार झाला हे पाहिलं तर आपल्याला लक्षात येईल, की 'आस' या धातूपासून आसन या शब्दाची उत्पत्ती झाली आहे. आस म्हणजे असणे. एका स्थितीत दीर्घ काळ असणं, राहणं म्हणजे 'योगासन'. एकाच स्थितीत स्थिर न राहता भराभर स्थिती बदलत राहणं याला योग-आसन न म्हणता सर्कस-आसन किंवा कसरत-आसन म्हटलं जातं.

पतंजलींनी योगाची आठ अंगं सांगितली आहेत. त्यातल्या धारणा, ध्यान आणि समाधी (एकाग्रता, एकतानता आणि एकरूपता) या पायऱ्यांना अंतरंग योग असं म्हणतात. एकाच विषयावर धारणा, ध्यान आणि समाधीचा अभ्यास करणं म्हणजे 'संयम'. उगाच भारंभार आसनं करण्यापेक्षा, एकाच आसनावर एकाग्रता, एकतानता आणि एकरूपतेचा अनुभव घेणं म्हणजे योगासनातून ध्यानाकडे जाण्याचा विहंगम प्रवास आहे!

हे लक्षात घेऊन योगासनांचा अभ्यास हा पतंजलीच्या 'स तु दीर्घकालनैरन्तर्यसत्कारासेवितो दृढभूमिः' या सूत्राप्रमाणे सातत्यपूर्ण, निरंतर आणि दीर्घ काळ करायला हवा. असं झालं तर कदाचित ध्यानाचा अभ्यास वेगळा करण्याची गरजच उरणार नाही. आसनस्थ होता होता, आपण ध्यानस्थ कधी झालो हे कळणारदेखील नाही!

'सूक्ष्म योग' ध्यान

'स्थूलातून सूक्ष्माकडे जाणं म्हणजे योग' अशी योगाची एक व्याख्या आहे. तसंच, 'सूक्ष्मातून अतिसूक्ष्माकडे जाणं म्हणजे ध्यान' ही झाली ध्यानाची व्याख्या.

योगशास्त्रामध्ये सांगितलेल्या काही सूक्ष्म योग क्रियांच्या माध्यमातून ध्यानात्मक स्थितीत कसं जाता येईल हे पाहू या.

सूक्ष्म योग म्हणजे काय ?

▪ योगातल्या स्थूल क्रिया

सूर्यनमस्कार, योगासनं या योगातल्याच स्थूल प्रक्रिया समजल्या जातात. वेगवेगळे अवयव, स्नायू, जॉइंट्स, सांधे यांचा उपयोग करून विशिष्ट स्थिती घेणं आणि त्या स्थितीत काही काळ स्थिर राहणं म्हणजे आसन. तसंच या आसनांपैकीच काही ठरावीक आसनं ही साखळी पद्धतीने क्रमवार करत राहणं म्हणजे सूर्यनमस्कार. योगासनं आणि सूर्यनमस्कारांमुळे शरीराच्या बाह्य आणि आंतर अवयवांमध्ये ताण, दाब, पीळ उत्पन्न होतो. अवयवातलं रक्ताभिसरण सुधारतं.

▪ योगातल्या सूक्ष्म क्रिया

या अवयवांव्यतिरिक्त शरीरामध्ये नसा, नाड्या, शिरा, मज्जातंतू, चेतातंतू, मज्जापेशी असे अनेक महत्त्वाचे घटक आहेत. हे घटक आकाराने खूप लहान

असतात आणि त्यांचं कामही अतिसूक्ष्म स्तरावर चालतं. या घटकांचं आरोग्य उत्तम राहावं यासाठी केलेल्या सूक्ष्म क्रिया म्हणजेच 'सूक्ष्म योग'.

सूक्ष्म योगातल्या या सगळ्या क्रिया अतिशय शांतपणे, सावकाश आणि डोळे मिटून केल्या तर आपली शुद्ध जाणीव ही मन आणि मेंदूशी जोडली जाते. जाणिवेचा मन आणि मेंदू यांच्याशी परस्पर सुसंवाद घडतो. या सुसंवादामुळे त्यांच्या एकमेकांशी संबंधित कार्यामध्ये उत्तम ताळमेळ राखला जातो.

■ सूक्ष्म योगातल्या या क्रिया कोणत्या?

सूक्ष्म योगातल्या या क्रिया नक्की कोणत्या आहेत, त्या कशा करायच्या, आणि त्यामधून ध्यान कसं साधायचं, हे आता आपण पाहू या.

अगदी सहज आरामशीर अशा स्थितीत बसावं. डोळे अलगद मिटून घ्यावेत. या स्थितीत पुढील सूक्ष्म योग संचलन क्रिया कराव्यात.

ग्रीवा संचलन

ग्रीवा म्हणजे मान. डोकं अगदी हळुवार पुढे झुकवावं. मग वर आणून मागे झुकवावं. तसंच डाव्या आणि उजव्या बाजूला झुकवावं. नंतर हनुवटी अलगद छातीवर टेकलेली ठेवून मान फक्त पुढून अर्धगोलाकार फिरवावी. आता डोकं सरळ करून मागे न्यावं आणि मान मागून फक्त अर्धगोलाकार फिरवावी. हे झालं मानेचं संचलन.

नेत्र संचलन

डोळ्यांचे व्यायाम हे डोळे उघडे ठेवून केले जातात. मात्र, आपण ध्यान करत आहोत. त्यामुळे नेत्र संचलन करताना डोळे मिटून, फक्त बुबुळांच्या वर, खाली, डावीकडे, उजवीकडे, उलटसुलट गोलाकार हालचाली करायच्या आहेत.

स्कंध संचलन

दोन्ही खांदे सावकाश वर खेचत कानाच्या पाळ्यांना टेकवण्याचा प्रयत्न करावा. मग सावकाश खाली आणावेत. नंतर दोन्ही खांदे मागे खेचावेत. असे केल्यामुळे

खांद्यांची हाडं (स्कॅप्यूला, शोल्डर ब्लेड्स) एकमेकांजवळ येऊन पाठीला काहीसा चिमटा बसल्यासारखं होतं. ते अनुभवावं. मग खांदे गोलाकार फिरवावेत.

हनुमत् संचलन

जबड्याला संस्कृतमध्ये हनुमत् असं म्हटलं जातं. यात खालचा जबडा पुढे, मागे, डावीकडे, उजवीकडे उलटसुलट, गोलाकार फिरवावा. या क्रियेला 'धेनू चर्वण क्रिया' (गाय, बैल पेंढा खाताना जबड्याची हालचाल करतात तशी) असंही म्हणतात.

कुठलंही संचलन करताना शरीराची छोट्यात छोटी हालचाल, संवेदना, कंपनं, स्पंदनं एकाग्रपणे अनुभवत त्यांच्याशी एकरूप होताना ध्यानाचा उत्कृष्ट अनुभव मिळेल.

पदसंचलन, जानूसंचलन, जंघासंचलन, त्रिकास्थीसंचलन असे संचलनाचे असंख्य प्रकार आहेत.

सध्याच्या अत्याधुनिक विश्वात माणसाचं यंत्रांवरच अवलंबित्व खूपच वाढलेलं आपण पाहत आहोत. मनावरचे ताणतणावही वाढत चालले आहेत. संपूर्ण जगाचीच गती अफाट वाढलेली आहे. अशा अनेक कारणांमुळे शरीर-मनाचे आजार वाढत आहेत. अगदी तरुण वयातच स्नायूंचा आणि सांध्यांचा लवचीकपणा कमी होणं, शरीराचं काठिण्य वाढणं अशा समस्या आढळून येत आहेत. मेंदूशी निगडित आजार (विस्मरण, अल्झायमर, पार्किन्सन) चाळिशीतच होऊ लागले आहेत. अशा असंख्य व्याधी टाळण्यासाठी सूक्ष्म योग ध्यानाचा उपयोग होतो, असं अनेक अभ्यासातून लक्षात आलं आहे.

चला तर मग, सूक्ष्म योग ध्यान करून शारीरिक, मानसिक, भावनिक, वैचारिक आरोग्य उत्तम ठेवायचं, असा संकल्प करू या!

सायक्लिक मेडिटेशन

प्रत्येक गावाची आपली स्वतःची अशी एक खासियत असते. पुणं हे 'विद्येचं माहेरघर' म्हणून ओळखलं जातं. नागपूर हे संत्र्यांचं शहर, तर जयपूर हे गुलाबी दगडातल्या ऐतिहासिक इमारतींमुळे 'पिंक सिटी' म्हणून जगप्रसिद्ध झालं आहे. असंच एक गाव आहे, ज्याची ख्याती पसरलेली आहे ती ध्यानासाठी, मनःशांतीसाठी... ते गाव म्हणजे बंगळुरू. बंगळुरूच्या बाबतीत 'जाऊ ध्यानाचिया गावा। घेऊ तेथेची विसावा।' असं म्हटलं तर वावगं ठरणार नाही!

मनाच्या आरोग्यावर संशोधन करणारी जगविख्यात संस्था 'नॅशनल इन्स्टिटयूट ऑफ मेंटल हेल्थ सायन्सेस' (निम्हान्स) ही इथलीच. गेल्या काही दशकात विश्वाला शांतीचा संदेश देणारे आध्यात्मिक गुरू श्री श्री रविशंकर यांच्या 'आर्ट ऑफ लिव्हिंग'ची स्थापना बंगळुरूमध्ये झाली. जगभरात हजारो शाखा असलेल्या या संस्थेचं प्रमुख कार्यालयही इथेच आहे.

बंगळुरूमधल्या अशाच एका संस्थेने अगदी काही वर्षांतच जगाच्या नकाशावर 'सर्वोत्तम जागतिक दर्जाचं योग विद्यापीठ' म्हणून आपलं नाव अधोरेखित केलं आहे. या विद्यापीठाचं नाव आहे 'स्वामी विवेकानंद योग अनुसंधान संस्था' (SVYASA). बंगळुरूपासून अगदी जवळ, ३४ किलोमीटरवर 'प्रशांतीकुटीरम' या नैसर्गिक सौंदर्याने नटलेल्या ठिकाणी हे विद्यापीठ आहे. बंगळुरूमधलं हे जगप्रसिद्ध विद्यापीठ पूर्णपणे योगाला वाहिलेलं आहे. १०६ एकरांत वसलेलं हे 'ध्यानाचं गाव' नावाप्रमाणेच अतिशय शांत, हिरव्यागार वृक्षराजींनी बहरलेलं आहे. इथे

आल्यावर 'ॐ' आकारात बांधलेलं साधनागृह, खास ध्यानासाठी तयार केलेले हॉल, ठिकठिकाणी भगवद्गीतेतील प्रसंगांवर आधारित पुतळे, ... असं मनोरम वातावरण अनुभवताना ध्यानसाधकांचं देहभान हरपून गेलं नाही तरच नवल!

'व्यक्ती तितक्या प्रकृती' हा माणसाच्या बाबतीत निसर्गनियम आहे. साहजिकच, त्या-त्या प्रकृतीनुसार ध्यानप्रकाराची अनुकुलता हीसुद्धा बदलू शकते. यासाठीच साधकांनी ध्यानाच्या वेगवेगळ्या पद्धतींचा अभ्यास जरूर करत राहावा. ध्यानाच्या या विविध शैलींचा 'मेरूमणी' किंवा 'मुकुटमणी' म्हणता येईल, अशी शैली म्हणजे 'सायक्लिक मेडिटेशन'. चक्रीय ध्यान, आवर्तन ध्यान, आवर्ती ध्यान अशा नावांनीही हे ध्यान ओळखलं जातं. 'प्रशांतीकुटीरम' हे या आवर्ती ध्यानाचं जन्मस्थान आहे. इथेच सायक्लिक मेडिटेशन या चल पद्धतीच्या (डायनॅमिक) सक्रिय ध्यानाची रचना केली गेली.

आधुनिक विज्ञानाने भौतिक विश्वातील अनेक गूढ गोष्टींची उकल अगदी अलीकडच्या काळात केली आहे. दररोज आपल्याला अज्ञात असलेली अनेक आश्चर्यं आपल्यासमोर उलगडली जात आहेत. आपल्या ऋषीमुनींना मात्र या गूढ, अज्ञातापलीकडचं अंतिम सत्य हे हजारो वर्षांपूर्वीच गवसलेलं आहे. माण्डूक्य उपनिषदावर आद्य शंकराचार्य आणि त्यांचे गुरू गौडपादाचार्य यांनी *माण्डूक्य कारिका* या सुंदर टीकाग्रंथाची रचना केली. या ग्रंथातल्या श्लोकांवर आधारित असं हे ध्यान आहे. याविषयीची माहिती वाचताना आधुनिक विज्ञान आणि प्राचीन योग यांचा सुंदर समन्वय या ध्यानपद्धतीत साधला गेला आहे, हे आपल्या लक्षात येतं.

स्वामी विवेकानंद योग अनुसंधान संस्था (SVYASA), बंगळुरू

सामान्यत: 'कुठलीही हालचाल न करणं' हा ध्यानातला प्राथमिक नियम समजला जातो. सायक्लिक मेडिटेशनमध्ये मात्र डोळे मिटून शरीराच्या अतिशय हळुवार, ध्यानात्मक हालचाली (मेडिटेटिव्ह पोश्चर) करत मनाला त्या हालचालींचा मागोवा घ्यायला लावत शांत केलं जातं.

सव्यासा (SVYASA) विद्यापीठाचे प्रमुख डॉ. एच. आर. नागेंद्र हे स्वत: मेकॅनिकल इंजिनिअर आहेत. 'नासा' या अमेरिकेतल्या अंतराळविषयक अभ्यास करणाऱ्या संस्थेत ते उच्च पदावर नोकरी करत होते. जगभरातल्या विज्ञानाधिष्ठित अशा ज्या सर्वोच्च महत्त्वाच्या संस्था आहेत त्यापैकी एक म्हणजे नासा. काही वर्षांपूर्वी नासातली ही नोकरी सोडून ते भारतात परत आले. भारतीय संस्कृती, परंपरा, योगशास्त्राचा बारकाईने अभ्यास करून प्रखर बुद्धिमत्तेच्या बळावर त्यांनी ही संस्था नावारूपाला आणली. सायक्लिक मेडिटेशनचे ते जन्मदाते आहेत. भारताचे पंतप्रधान श्री. नरेंद्र मोदी यांचे ते योगगुरू मानले जातात. २०१५मध्ये पहिल्या आंतरराष्ट्रीय योगदिनाच्या निमित्ताने माध्यमांशी बोलताना मोदी यांनी सायक्लिक मेडिटेशनचा आवर्जून उल्लेख केला होता. उच्च पदांवर काम करणाऱ्या व्यक्तींना अतिशय व्यग्र अशा दिनक्रमामुळे बऱ्याच वेळा रात्री जेमतेम दोन तास झोप मिळू शकते. अशा वेळी सायक्लिक मेडिटेशनच्या सरावामुळे या दोन तासाच्या झोपेतही शरीर-मनाला सखोल अशी विश्रांती मिळते. त्यामुळे अपुरी झोप भरून निघते.

डॉ. नागेंद्र यांनी १९७१मध्ये इंडियन इन्स्टिट्यूट ऑफ सायन्स, बंगळुरू येथून पीएच.डी. केली. त्यांची बहीण नागरत्ना याही डॉक्टर (एम.डी. मेडिसिन) आहेत. १९८१ पासून 'योग आणि त्याचे शरीरावर होणारे परिणाम' यावर आधुनिक पद्धतीने अभ्यास करण्यासाठी देशविदेशांतील अनेक मान्यताप्राप्त संशोधन संस्थांची मदत ते घेऊ लागले. २००२मध्ये 'सव्यासा'ला 'डीम्ड युनिव्हर्सिटी' म्हणून मान्यता मिळाली. डॉ. नागेंद्र पहिले कुलगुरू झाले. आज इथे तीन महाविद्यालयं, २५० बेड्सचं रुग्णालय आणि 'आरोग्यधाम' नावाची आधुनिक संशोधन संस्था आहे. या संस्थेकडून आंतरराष्ट्रीय मान्यताप्राप्त जर्नल्समध्ये ५००हून अधिक रिसर्च पेपर्स प्रसिद्ध झाले आहेत.

भारतात डायबिटीसचं प्रमाण गेल्या काही वर्षांत इतकं झपाट्यानं वाढत आहे, की नजिकच्या काही वर्षांत आपला देश हा जगात 'कॅपिटल ऑफ

डायबिटीस' म्हणून ओळखला जाईल. ही परिस्थिती नियंत्रणात यावी म्हणून सव्यासाने 'स्टॉप डायबिटीस मूव्हमेंट' अभियान संपूर्ण भारतभर सुरू केलं. या अभियानात 'डायबिटीस योग उपचारतज्ज्ञ' या नात्याने मलाही काम करण्याची संधी लाभली. डायबिटीससाठी या आवर्तन ध्यानाचा अतिशय उत्कृष्ट परिणाम दिसून आला आहे.

हे चक्रीय ध्यान म्हणजे काय, ते कसं करायचं हे आपण समजून घेऊ या.

आपलं मन हे एखाद्या फुलपाखरासारखं अखंड भिरभिरत असतं. एखादी गोष्ट अगदी मनाजोगती झाली म्हणून कधीतरी ते जरा शांत समाधानी होईल की नाही! पण छे... असं होत नाही! त्यामुळे आपण सतत कुठल्या ना कुठल्या गोष्टीतून सुख शोधत राहतो. खरंतर आपल्याला हवा असतो तो कायम टिकणारा असा निखळ निर्भेळ आनंद! खरोखरच हा आनंद मिळवायचा असेल तर मनाचं स्वरूप जाणून घेतलं पाहिजे. जितक्या इच्छा, आकांक्षा, गरजा जास्त, तितकं मन जास्तच विचलित होतं. योग, त्यातलं 'प्रत्याहार' हे अंग आपल्या इच्छा कमी करायला मदत करतं. योगामुळे जीवनात शांतता मिळते. आपलं जीवन अधिक अर्थपूर्ण, आनंदी व्हायला मदत होते.

आद्य शंकराचार्य आणि त्यांचे गुरू गौडपादाचार्य यांनी माण्डूक्य उपनिषदावर एक विवेचनात्मक ग्रंथ लिहिला. *माण्डूक्य कारिका* असं या ग्रंथाचं नाव. उपनिषदातल्या सर्वांत प्राचीन ग्रंथांपैकी हा एक महत्त्वाचा ग्रंथ मानला जातो. या ग्रंथातल्या काही श्लोकांवर सायक्लिक मेडिटेशन आधारलेलं आहे.

चक्रीय ध्यान ही खरंतर जागरूकता आणि सजगता यांची एकात्म साधना आहे. हे चक्रीय ध्यान म्हणजे जागरूकतेने उभं राहणं आणि बसण्याच्या वेगवेगळ्या आसनस्थितींचा संचच आहे म्हणा ना! जागरूकतेने आसनं करताना सहजच साधकाची त्रिमितीय चेतना (थ्री डायमेन्शनल अवेअरनेस) जागी होऊ लागते. आसनांमुळे शरीरातले स्नायू ताणले जातात. त्यामुळे रक्ताभिसरण सुधारायला मदत होते.

चक्रीय ध्यानात मंत्रजप आणि विश्रांती यांची वैशिष्ट्यपूर्ण अशी एकत्रित गुंफण आहे. त्यामुळे साधकांच्या तनमनात मंत्राचा उच्चार, स्वर, नाद, कंपनं, स्पंदनं यांचा गुंजारव निर्माण होतो. हे गुंजन स्वर्गीय आनंद बहाल करणारं असतं.

ताणतणाव व्यवस्थापन

ताण हा शब्द सर्रासपणे 'एक अजिबात नकोशी असलेली गोष्ट' असा घेतला जातो. खरंतर ताण हे दोन प्रकारचे असतात : चांगले आणि वाईट. निरनिराळी कामं करण्यासाठी काही प्रमाणात ताण हा आवश्यक असतोच. मात्र स्पर्धात्मकता, चढाओढ, अवास्तव अपेक्षांपायी यातूनच अनावश्यक ताण घेतले जातात.

ध्यानाच्या सरावामुळे स्वतःचा स्वभाव, क्षमता यांचा अचूक अंदाज येतो. त्यामुळे दीर्घ काळ, अविरत कष्ट घेतानाही चित्त कुठल्याही परिस्थितीत शांत राहू लागतं. चक्रीय ध्यान हे एक अतिशय शास्त्रशुद्ध असं तंत्र आहे. ते ताणतणावाचं व्यवस्थापन करायला साहाय्यक ठरतं. आयुष्य चांगल्या गुणवत्तेने जगायला शिकवतं. धावपळीच्या दिनक्रमात आवश्यक असलेली विश्रांती आणि नवचैतन्य बहाल करतं. या प्रक्रियेत टप्प्याटप्प्याने विश्रांती, मंत्रजप आणि काही आसनांचा सराव अपेक्षित आहे. हे करताना साहजिकच मनातल्या विचारांची संख्या आणि गतीही कमी होते. शरीर-मनाला आराम मिळून त्याचं जणू पुनरुज्जीवन घडतं.

योग, ध्यान उपयुक्त आहे हे आपल्याला माहीत आहे. मात्र, सध्या प्रत्येकाची जीवनशैली इतकी व्यस्त आहे, की योग आणि ध्यान करण्यासाठी वेळच नसतो. चक्रीय ध्यान हे उत्तेजना आणि विश्रांतीचं सुरेख एकत्रीकरण आहे. एकाच वेळी आसनं आणि ध्यान दोन्हींचा लाभ आपल्याला मिळतो. दररोज फक्त अर्धा तास चक्रीय ध्यान केलं तर आठ तासांच्या गाढ झोपेइतकी परिपूर्ण विश्रांती मिळते.

चक्रीय ध्यानाचं सगळ्यांत महत्त्वाचं वैशिष्ट्य म्हणजे, ते सर्वांसाठी योग्य आहे. ज्यांना उभं राहण्यात अडचण येते तेसुद्धा खुर्चीचा आधार घेऊन करू शकतात. संपूर्ण सराव करताना आपण डोळे मिटून घेतो. आपल्याला मनाची स्थिती आणि शरीरात होत असलेल्या संवेदनांबद्दल पूर्ण माहिती मिळावी, यासाठी प्रत्येक हालचालीचा सराव संथ गतीने करतो. संपूर्ण सरावादरम्यान आपलं मन एकाग्र राहायला मदत मिळते. सरावात घेतलेल्या विश्रांतीमुळे, विश्रांती आणि ध्यानाची स्थिती अधिकाधिक सखोल होऊ लागते. हा सराव करायला साधारण ३० मिनिटांचा कालावधी लागतो.

हे ध्यान कसं करायचं हे आता आपण पाहू या.

चक्रीय ध्यानाची (सायक्लिक मेडिटेशन) प्रत्यक्ष प्रक्रिया

चक्रीय ध्यान हे केवळ तंत्र नाही; ती एक संपूर्ण साधना आहे. यात विश्रांतीतंत्र, मंत्रजप आणि मुख्य म्हणजे संपूर्ण मानसिकतेची प्रक्रिया एकत्र आणली जाते. मन सदैव जागृत, केंद्रित राहून उत्तेजित व्हायला, तसंच आरामदायक स्थितीत राहायला मदत होते. या ध्यानाला *माण्डूक्य कारिका* या प्राचीन भाष्यग्रंथातल्या काही श्लोकांचा संदर्भ आहे. त्यापैकी एक महत्त्वाचा श्लोक हा या ध्यानाची प्रार्थना म्हणून म्हटला जातो.

लये संबोधयेत् चित्तं
विक्षिप्तं शमयेत् पुनः।
सकशायं विजानीयात्
समप्राप्तं न चालयेत् ॥

मंत्रोच्चार करताना आपण संपूर्ण शरीरातील आवाजाची कंपनं पाहतो... ध्यान करतो. आपल्या शरीरावर आणि मनावर त्याचा आरामदायी आणि शांत प्रभाव पडतो.

पतंजलींनी सांगितलेल्या मनाच्या अवस्थांपैकी 'विक्षिप्त' ही एक अवस्था आहे. 'अशांत मनाला शांत करण्याचा सर्वोत्तम उपाय म्हणजे ध्यान. शरीरात छोटीशी संथ हालचाल निर्माण करायची. डोळे मिटून मनाला त्या हालचालीचा वेध घ्यायला लावायचं. अतिशय हळुवार हालचाल अनुभवताना मनही शांत होतं. समस्थितीत आलेल्या मनाला मग परत विचलित करायचं नाही.' असा या श्लोकाचा आशयघन असा अर्थ आहे.

'स्लाईट स्टीम्युलेशन - डीप रिलॅक्सेशन' (शरीराला किंचित उत्तेजना - मग पेशींना गाढ विश्रांती) या सूत्रानुसार तीन आवर्तनांचं मिळून साधारण ३० मिनिटांचं हे ध्यान आहे. ही तीन आवर्तनं कशी करायची ते आता समजून घेऊ या.

सर्व क्रिया डोळे बंद ठेवून करायच्या आहेत. या क्रिया अतिशय सावकाश, जाणीवपूर्वक करायच्या आहेत. उदाहरणार्थ, हात वर नेताना, मी हात वर नेत आहे याची जाणीव असायला हवी. त्या वेळी हातावर येणारा ताण जाणवायला हवा.

हे आवर्तन ध्यान करायला साधारण तीसच मिनिटं लागतात, पण त्यामुळे सहा तासांच्या झोपेइतकी गाढ विश्रांती आपल्या मेंदूला मिळते.

आवर्तन एक

- **उत्तेजन एक**

थोडे सूर्यनमस्कार घालावेत. परंपरागत दहा आकड्यांचे किंवा खुर्चीवरचेही चालतील. (तेही शक्य नसल्यास थेट 'झटपट विश्रांती तंत्र' अनुभवावं).

- **झटपट विश्रांती तंत्र**

हे आरामदायी तंत्र शवासनात झोपून केलं जातं.

आपण आपल्या संपूर्ण शरीरात पायाच्या बोटांपासून डोक्यापर्यंत ताण निर्माण करतो. नंतर आपल्या संपूर्ण शरीराला आराम देतो. याला फक्त दीड ते दोन मिनिटं लागतात. हे तंत्र आपल्या शरीराला आराम करण्यास आणि तणाव सोडण्यास मदत करतं. (ज्यांचं हृदय कमकुवत आहे, ज्यांना उच्चरक्तदाबाचा त्रास आहे त्यांनी मात्र ही प्रक्रिया अगदी काळजीपूर्वक करावी.)

डोळे बंद करून सावकाश पाठीवर झोपावं. पाय एकमेकांजवळ ठेवावे. आता क्रमाक्रमाने शरीराचा एकेक भाग ताणत न्यावा. तळपाय, घोटे, पोटऱ्या ताणाव्यात... गुडघ्याच्या वाट्या वर खेचाव्यात... मांड्यांचे स्नायू, कंबर ताणावी... पोट आत आकुंचन करावं. छाती, हाताचे स्नायू ताणावेत... चेहऱ्याचे सगळे स्नायू आक्रसून घ्यावेत... ताण वाढवत-वाढवत न्यावा... आणि मग एऽऽकदम ढिला सोडून द्यावा. सर्व स्नायू, शरीर शिथिल, रिलॅक्स! ही शिथिलता काही क्षण अनुभवत राहावी. शांततेचा अनुभव घेत पडून राहायचं. सगळे स्नायू शिथिल आहेत याची जाणीव होऊ द्यावी. आता सावकाश एका बाजूला वळून उठून बसावं आणि डोळे मिटलेले ठेवूनच पुढील प्रार्थना म्हणावी.

- **प्रार्थना**

लये संबोधयेत् चित्तं
विक्षिप्तं शमयेत् पुनः।
सकशायं विजानीयात्
समप्राप्तं न चालयेत् ॥

■ शरीर केंद्रित करणे (सेंटरिंग)

शरीराच्या केंद्रीकरणामुळे संतुलनाची भावना विकसित होते. ताडासनात आपण आपल्या शरीरातली टोकदार जागरूकता, पृष्ठभाग जागरूकता आणि रेखीय जागरूकता बारकाईने न्याहाळायला शिकतो.

ही क्रिया करण्यासाठी हळूहळू उभं राहावं. शरीर कमरेत न वाकवता थोडंसं पुढे झुकवा, मग मागे झुका. झुकताना कुठे ताण येतोय ते ओळखा. शरीराचा गुरुत्वमध्य कुठे आहे ते ओळखा.

आवर्तन दोन

■ उत्तेजन २

यात आपण दंडस्थितीतली (उभं राहून) तीन आसनं करणार आहोत. अर्धकटीचक्रासन, पादहस्तासन आणि अर्धचक्रासन. आसनं करताना 3D जागरूकता (थ्री डायमेन्शनल अवेअरनेस) निर्माण होते. या वैशिष्ट्यपूर्ण आसनांमुळे आपलं संतुलन सुधारतं. शरीराचे कडेचे, बाजूचे (लॅटरल) स्नायू ताणले जातात. यात रेखीय जागरूकताही (लिनियर अवेअरनेस) निर्माण होते. रेखीय स्थितीत शरीराला आराम मिळण्यास मदत होते.

उभं राहून करण्याची आसनं

■ आसन १

सावकाश डावा हात बाजूने वर न्यायला लागा. तो जमिनीला समांतर आणा... आता त्याचा तळवा आकाशाकडे करा... आणि हात आणखी वर न्या... तो कानाजवळ आणा... वर ताणा... त्यावरचा ताण जाणा. आता शरीराच्या दोन्ही बाजूंवर ताण वेगवेगळा आहे, तो अनुभवा... आता कमरेतून उजव्या बाजूला झुका... उजवा हात उजव्या पायाच्या गुडघ्यापर्यंत जाऊ दे... संथ नैसर्गिक श्वसन चालू राहू द्या... शरीराच्या डाव्या आणि उजव्या बाजूला असणारा ताण, त्यातला फरक जाणवू द्या... आता सावकाश सरळ व्हा... हात बाजूने खाली आणताना, हात जमिनीला समांतर झाल्यानंतर, हाताचा तळवा आकाशाकडे आहे, तो जमिनीकडे वळवावा... सावकाश हात खाली आणावा... हात खाली आल्यावर त्यातला रक्तपुरवठा वाढलाय, हे लक्षात येऊ द्या.

अशीच क्रिया उजव्या हाताने करा. हे सगळं करत असताना अगदी सूक्ष्म संवेदनाही अनुभवा. शरीरातून मन फिरवा, कुठे ताण जास्त आहेत, कुठे कमी आहे ते मनानेच पाहा.

- **आसन २**

आता कमरेतून पुढे वाका... मान, कंबर आणि पाठीवर येणारा ताण अनुभवा... हात सैल सोडून खाली लोंबकळत राहू द्या... डोकं खाली झुकलेलं ठेवा... गुरुत्वाकर्षणामुळे डोक्याकडे रक्तपुरवठा वाढेल, डोकं जड वाटेल, ते अनुभवा... आता सावकाश श्वास घेत हळूहळू कंबर सरळ करा... ताठ उभे राहा... डोकं, चेहरा, मान याकडे लक्ष द्या... तिथे येणारा हलकेपणा अनुभवा... मग हळूहळू कमरेतून सरळ होत वर या.

- **आसन ३**

आता हात पाठीमागे कमरेवर ठेवा आणि श्वास घेत पाठीमागे झुका... श्वास सुरू ठेवा... हळूहळू पुन्हा पुढे या... शरीरावरचा ताण जाणा... सावकाश खाली झोपा.

द्रुत विश्रांती तंत्र

द्रुत विश्रांती तंत्रात आपण डायफ्रामॅटिक श्वासोच्छ्वासाचं निरीक्षण करतो. पहिल्या टप्प्यात आपण फक्त नैसर्गिक श्वासोच्छ्वासाचं निरीक्षण करतो. त्यानंतर ओटीपोटाच्या हालचाली मनाने न्याहाळतो. तिसऱ्या टप्प्यात आपण मनाला श्वास आणि ओटीपोटाच्या हालचाली यातला परस्परसंबंध पाहत गुंतवून ठेवण्याचा प्रयत्न करतो. या सरावामुळे आपलं शरीर आणि मन टवटवीत होण्यास मदत होते.

पाठीवर झोपून श्वासावर लक्ष एकाग्र करावं... श्वास घेताना नाकपुड्यांना होणारा हवेचा किंचित थंड स्पर्श अनुभवावा... श्वास सोडताना नाकपुड्यांना होणारा हवेचा किंचित ऊबदार स्पर्श अनुभवावा... मग लक्ष पोटावर न्यावं. पोटाची होणारी हळुवार हालचाल अनुभवावी... यानंतर, होणारं श्वसन आणि होणारी पोटाची हालचाल यांचा एकमेकांशी असणारा संबंध अनुभवावा.

आवर्तन तीन

- **उत्तेजन ३**

आता आपण बैठक स्थितीतली दोन आसनं करणार आहोत. शशांकासन किंवा शरणागतासन आणि अर्धउष्ट्रासन. मन प्रसन्न, हलकं व्हायला याची फार मदत होते.

- **आसन १**

वज्रासनात बसावं. दोन्ही हात अगदी सावकाश बाजूंनी वर न्यावेत... हाताचा नमस्कार जुळवावा... सावकाश पुढे वाकत नमस्कार पुढे जमिनीवर टेकवावा... कपाळही टेकवावं... पाठीवर, कमरेवर येणारा ताण अनुभवा... देवळात गेल्यावर खाली बसून आपण देवासमोर डोकं टेकून त्याला शरण जातो तीच ही स्थिती आहे. मग परत सावकाश वर यावं.

- **आसन २**

गुडघ्यांवर उभं राहावं... हात कमरेवर ठेवावेत. कंबर थोडी पुढे ढकलून शरीर मागे झुकवावं... पाठीवर, खांद्यांवर येणारा ताण अनुभवावा... काही वेळ त्या स्थितीत थांबून मग परत खाली येऊन बसावं.

खोल विश्रांती तंत्र

हे असं तंत्र आहे, ज्यात आपलं संपूर्ण शरीर आराम करू शकतं. तसंच आपलं मनही शांत होण्यास मदत होते. या सरावात आपण निरीक्षण, मानसिक सूचना, संकल्प आणि दृश्यीकरण करतो. 'आराम करणं आणि टवटवीत होणं' हा एक उत्तम सराव आहे.

पाठीवर झोपावं... सर्व सांधे शिथिल करा... शरीरात कुठे ताण जाणवत असेल तर तुमचं ध्यान तिथे नेऊन 'ते स्नायू शिथिल होत आहेत' अशा स्वयंसूचना द्या.

ॐकार मंत्र उच्चारण

चक्रीय ध्यानात मंत्र उच्चारण करताना ध्वनिकंपनांमुळे निर्माण होणाऱ्या प्रतिध्वनीद्वारे आपलं मन हे शरीराशी जुळवून घेतलं जातं. अ-कार, उ-कार, म-कार आणि ॐकार जप आपली जागरूकता विकसित करण्यास आणि अधिक कार्यक्षमतेने आराम करण्यास मदत करतात.

'अ'चा उच्चार

मन एकाग्र करून कमरेपर्यंतचं सगळं शरीर पूर्णतः शिथिल करा. कमरेच्या खाली जाणवणाऱ्या संवेदना अनुभवा. नाभीवर लक्ष एकाग्र करून 'अ'चा उच्चार ('अ'कार) करा. तुमची सजगता वाढवा. शरीराच्या संवेदना जाणा.

'उ'चा उच्चार

आता लक्षपूर्वक पोट, छाती, पाठ, खांदे, दोन्ही हात शिथिल करा. हे शिथिलीकरण वाढवण्यासाठी मग हृदयावर लक्ष केंद्रित करून 'उ'चा उच्चार ('उ'कार) करावा. त्यामुळे शरीराच्या मध्य भागात निर्माण होणारे तरंग अनुभवा.

'म'चा उच्चार

आता तुमचं ध्यान मान, चेहरा आणि मस्तक येथे न्या. चेहऱ्यावर असणारा ताण शिथिल करा. डोळ्यांजवळ असणारा ताण शिथिल करा.

नंतर मस्तकावर एकाग्रचित्त होऊन 'म'चा उच्चार ('म'कार) करावा. शरीराच्या वरील भागात संवेदना अनुभवा.

ॐकाराचा उच्चार

आता सर्व शरीरभर आतून लक्ष फिरवा... संपूर्ण शरीरात निर्माण होणाऱ्या कंपनांचा अनुभव घेत पूर्ण ॐकार म्हणावा... ॐकाराच्या उच्चारामुळे शरीर-मन अगदी शांत स्थितीत पोहोचतं. शरीराची मनाला होणारी जाणीव कमी होत जाते. 'शरीरापेक्षा माझं अस्तित्व वेगळं आहे' या जाणिवेतून शवासनात पहुडलेल्या शरीराकडे साक्षीत्वाने पाहत राहावं.

'आपण खूप हलके होत चाललेले आहोत... जमिनीपासून वर उचलले जात आहोत... जमिनीपासून काही अंतरावर तरंगायला सुरुवात केली आहे... वर सुंदर निळंभोर आकाश दिसतंय... त्या आकाशाच्या दिशेने आपण वरवर जात आहोत... त्या आकाशात येऊन पोहोचलेले आहोत... आकाशाची विशालता, व्यापकता, सहजता आपल्याही मनाला प्राप्त झालेली आहे... आपलंही मन आकाशासारखंच अनंत, अमर्याद बनलं आहे....

मनाची विलक्षण शांत अवस्था, विदेहावस्था, मुक्तावस्था आपण अनुभवत आहोत... विलक्षण शांततेचा स्पर्श मनाला होतो आहे... या शांततेतूनच निर्माण होणारी प्रसन्नता, आनंदही आपण अनुभवत आहोत.... शेवटी, 'ही

शांतता, प्रसन्नता, आनंद कायम माझ्या आत राहणार आहे' असा संकल्प करून उठून बसावं.

प्रार्थना

पुढील प्रार्थना म्हणावी :

सर्वे भवन्तु सुखिनः
सर्वे सन्तु निरामया।
सर्वे भद्राणि पश्यन्तु
मा कश्चित् दुःखभाग् भवेत्।।
ॐ शान्तिः शान्तिः शान्तिः।

दोन्ही हातांचे तळवे अगदी अलगद डोळ्यांवर ठेवावेत. त्यामध्ये डोळे उघडा. इथे चक्रीय ध्यानाची प्रक्रिया पूर्ण झाली.

सध्याचे युग हे विज्ञानाचे युग आहे. त्यामुळे प्रत्येक गोष्ट ही विज्ञानाच्या कसोटीवर पारखून पाहिली जाते. सायक्लिक मेडिटेशनवर शास्त्रशुद्ध संशोधन केलं गेलेलं आहे.

चक्रीय ध्यानाचे फायदे

सव्यासा विद्यापीठाने केलेल्या प्रदीर्घ संशोधनानुसार,

- चक्रीय ध्यानाचा अर्ध्या तासाचा सराव हा आठ तासांच्या शांत झोपेइतकाच फायदा देतो. झोपेची गुणवत्ता सुधारते. शरीराला खोल आराम मिळतो. एकाग्रता पातळी सुधारते. मेंदूचं कार्य सुधारतं, सतर्कता वाढते. याचा वृद्धांना फार उपयोग होतो.
- रक्ताभिसरण सुधारतं.
- ऑक्सिजनचा वापर सुधारतो.
- ऊर्जाप्रणालीचं पुनरुज्जीवन होतं.
- दैनंदिन जीवनात सतर्कता आणि जागरूकता सुधारते.
- तणाव पातळी कमी झाल्याने तणाव आणि चिंता यांचा व्यवस्थितरीत्या सामना करता येतो.

- एकाग्रता आणि लक्ष केंद्रित करण्याची क्षमता सुधारते.

गेल्या काही वर्षांत मी सायक्लिक मेडिटेशनवर बरेच लेख लिहिले, कार्यशाळा घेतल्या. 'हे सायक्लिक मेडिटेशन वेगळंच आहे बरं का! ध्यान करा, ध्यान करा म्हणून तुम्ही नेहमीच सांगत असता. नक्की काय फायदे आहेत हो या ध्यानाचे?' असं वाचक, साधक विचारत असतात.

प्रत्येक छोटीमोठी कृती ही शरीराकडून घडते. मात्र, त्यामागे मन हेच कारणीभूत असतं. वेगवेगळ्या कारणांनी हे मन चिंताग्रस्त होतं, आजारी बनतं. मनावरचे ताण पुढे शरीराला होणाऱ्या व्याधींच्या रूपात व्यक्त होऊ लागतात. या प्रक्रियेला योगशास्त्राने 'आधिज व्याधी' असं म्हटलं आहे.

सायक्लिक मेडिटेशन करताना मन हे शरीरात निर्माण केलेल्या हळुवार हालचालीत रमतं आणि शांत होतं. तीन टप्प्यांत मिळालेली गाढ विश्रांती शरीरातल्या प्रत्येक पेशीपर्यंत पोहोचते. या सखोल विश्रांतीचे परिणाम वैज्ञानिकदृष्ट्या मोजताही येतात.

आधुनिक काळात स्पर्धात्मकता, उद्दिष्ट गाठणं यासाठी माणसं अविरतपणे, अफाट वेगाने धावत आहेत. यातून वारंवार तणावपूर्ण परिस्थिती निर्माण होते. या परिस्थितीला तोंड देण्यासाठी मेंदूच्या तळाशी असलेला हायपोथॅलॅमस हा भाग उद्दीपित होऊन अनुकंपी मज्जासंस्था कार्यरत होते. त्यामुळे डोळ्यांची बुबुळं विस्फारतात, हृदयाचे ठोके वाढतात, पचन आणि आतड्यांची हालचाल मंदावते, एपिनेफ्रिन आणि नॉरएपिनेफ्रिन हार्मोन्स स्रवतात. काही वेळानंतर परिस्थिती नियंत्रणात येते, तेव्हा परानुकंपी मज्जासंस्था कार्यरत होते आणि शरीरात घडलेले बदल परत आपल्या जागेवर येतात. ही नैसर्गिक यंत्रणा अशीच उत्तम राहणं आवश्यक आहे. मात्र, पुढेपुढे वाढत्या ताणामुळे हे विनाकारण, परत-परत घडायला लागतं. शरीरात घडलेले बदल मूळ पदावर येत नाहीत. यातूनच अपचन, पाठदुखी, पित्त, अल्सर, मधुमेह, रक्तदाब, हृदयविकार अशा मनोशारीरिक व्याधी उद्भवतात.

सध्याच्या विज्ञानयुगात प्रत्येक गोष्ट शास्त्रीय संशोधन करून जगासमोर ('हा सूर्य आणि हा जयद्रथ' या पद्धतीने) मांडावी लागते. हे ओळखूनच विवेकानंद विद्यापीठाने (SVYASA) आवर्तन ध्यानाचा अभ्यास करणाऱ्या हजारो साधकांना झालेल्या फायद्यांचा अभ्यास केला. त्यावर वर्षानुवर्षं अमाप संशोधन केलं.

यातून अनेक परिणाम पुढे आले. यापैकी सगळ्यांत महत्त्वाचा फायदा हा आपली मज्जासंस्था आणि चयापचय यांना होतो.

मज्जासंस्थेचं आरोग्य

आवर्तन ध्यानाचा सगळ्यांत महत्त्वाचा फायदा म्हणजे अनुकंपी आणि परानुकंपी मज्जासंस्थेच्या कार्यातला उत्तम ताळमेळ!

- **चयापचय क्रियेची योग्य गती**

शरीर उत्तम राहण्यासाठी चय आणि अपचय अशा दोन क्रिया मिळून चयापचय (मेटॅबॉलिझम) घडतो. चयापचय म्हणजे जुन्या पेशी मृत पावणं, नवीन पेशी निर्माण होणं, पेशीतले बिघाड दुरुस्त होणं. अतिरिक्त, सततच्या ताणामुळे चयापचयाची गती खूपच वाढते. त्यामुळे माणसाचं आरोग्य तर धोक्यात येतंच; शिवाय, आयुर्मानही कमी होतं.

सहा तासांच्या गाढ झोपेत ही गती फक्त नऊ टक्क्यांनी, तर भावातीत ध्यानाने १७ टक्क्यांनी कमी होते. या तुलनेत केवळ ३० मिनिटांच्या आवर्ती ध्यानामुळे ही गती तब्बल २५ टक्के इतकी कमी होते!

चक्रीय ध्यान हे एक पद्धतशीर आणि वैज्ञानिक तंत्र आहे. यात योगिक आसनांचा सराव, योग्य श्वासोच्छ्वास आणि जागरूकता, आरामदायी तंत्रं, मंत्र जप, दृश्यीकरण (व्हिज्युअलायझेशन) आणि संकल्प (रिझोल्यूशन) यांचं विहंगम एकत्रीकरण आहे. हा सराव फक्त आराम देत नाही, तर संपूर्ण शारीरिक, मानसिक आणि आध्यात्मिक आरोग्यास प्रोत्साहन देतो. हे ध्यान खूप कमी वेळात, कोणत्याही ठिकाणी करता येतं. म्हणूनच आजच्या व्यस्त आणि वेगवान जगात खूप सुसंगत वाटतं. आजच्या जगात आपण तणावाशी आणि चिंतांशी संबंधित अनेक समस्या पाहतो आहोत. उत्तम जीवन, उत्तम आरोग्य आणि सर्वांगीण आध्यात्मिक विकासासाठी हे ध्यान वरदान ठरलं आहे!

|| 'ज्ञानम् विज्ञानम् सहितम्।' ||

ज्ञान आणि विज्ञान या एकाच नाण्याच्या दोन बाजू आहेत.

॥ ज्ञानम् विज्ञानम् सहितम्। ॥

पाच हजार वर्षांपूर्वी कृष्णाने हेच सांगितलं. ज्ञान आणि विज्ञान यांचा मिलाफ हा सगळ्या समस्यांवर आणि दुःखांवर मात करतो.

चक्रीय ध्यानामध्ये सौम्य, हळुवारपणे केलेली योगासने, हलके स्ट्रेचिंग आणि त्यातून मिळणाऱ्या सखोल विश्रांतीचा समावेश असतो. हे माण्डूक्य उपनिषद आणि पतंजलीच्या योगसूत्र यांसारख्या योगशास्त्रातील तत्त्वांवर आधारित आहे.

चक्रीय ध्यानाच्या सरावाने

- कमी शारीरिक सक्रियतेची स्थिती आणली जाते.
- ऑक्सिजनचा वापर कमी होतो.
- मज्जासंस्थेचं संतुलन सुधारतं.
- सायकोफिजियोलॉजिकल (मनो-शारीरिक) उत्तेजना कमी होतात.
- लक्ष केंद्रित करण्याच्या चांगल्या क्षमतेत वाढ होते.
- हायपो-मेटाबॉलिक फिजियोलॉजिकल स्थिती निर्माण होते.

पाच हजार वर्षांपूर्वी श्रीकृष्णाने 'ज्ञानम् विज्ञानम् सहितम्।' असं सांगितलं. प्राचीन ज्ञानाला आधुनिक विज्ञाननिष्ठ संशोधनाची जोड देऊन बनलेली सर्वोत्कृष्ट ध्यानप्रक्रिया म्हणजे 'सायक्लिक मेडिटेशन'. या ध्यानाचा फायदा जगभरातील हॉस्पिटलमधल्या लाखो रुग्णांनाही होतो आहे. मग आपणही ते नक्कीच करायला हवं... नाही का!

सिंहमुद्रा ध्यान करा... तणावमुक्त व्हा!

'मौनं सर्वार्थ साधनम्।' अशी पंचतंत्रातली एक अर्थपूर्ण ओळ आहे. याच धर्तीवर 'ध्यानम् सर्वार्थ साधनम्।' असं म्हणता येईल. कारण ध्यान करताना आपण सहजपणे मौनात असतोच. ध्यानामुळे शरीर बुद्धी, मन, भावना, विचार या सर्वच स्तरांवर अतीव शांतता निर्माण होते. अशाच एका ध्यानपद्धतीबद्दल जाणून घेऊ या.

'विशिष्ट आसन आणि तितकीच वैशिष्ट्यपूर्ण मुद्रा' यांचा संयोग म्हणजे 'सिंहमुद्रा ध्यान'. 'सिंह म्हणजे जंगलचा राजा' हे लहानपणीच गोष्टीतून आपण शिकलो. रुबाबदारपणे उंच कड्यावर बसून तो संपूर्ण जंगलावर लक्ष ठेवतोय, असं चित्र त्या गोष्टीतल्या चित्रातून पाहताना खूप गंमत वाटायची. आपलं अस्तित्व जाणवून देण्यासाठी तो अधूनमधून डरकाळीही फोडतो. सिंहाप्रमाणे बसण्याच्या या स्थितीला ऋषीमुनींनी 'सिंहासन' असं नाव दिलं आहे; तसंच डरकाळी फोडताना त्याची जी उग्र, रागीट मुद्रा दिसते, त्याला 'सिंहमुद्रा' असं म्हणतात. हे ध्यान प्रत्यक्ष कसं करायचं ते आता समजून घेऊ या.

- ज्यांना शक्य असेल त्यांनी वज्रासनात बसावं. जमत नसेल तर साधी मांडी घालून बसायलाही हरकत नाही.
- हात कोपरात सरळ ठेवून तळवे जमिनीवर पालथे ठेवावेत. बोटांची दिशा शक्यतो आपल्या बाजूला असावी.
- खालचा आणि वरचा जबडा मोठा आणि पूर्णपणे ताणावा. जीभ बाहेर काढून जास्तीत जास्त ताणावी.

- चेहऱ्याचे सगळे स्नायू ताणावेत. डोळे पूर्ण उघडून मोठे विस्फारावेत. दुसऱ्याला रागवताना आपण कसे डोळे वटारतो ना... अगदी तस्सेच!
- श्वास सोडत तोंडाचा 'आ' वासावा. श्वास सोडल्यानंतरही काही हवा शिल्लक असते. तीही घशातून घर्षणयुक्त ध्वनी करत पूर्णपणे बाहेर सोडावी.
- श्वास सोडलेल्या स्थितीत १०-१५ सेकंद थांबावं. अशी कृती पाच वेळा करावी.
- शेवटी हातांचे तळवे अलगद गळ्यावरून, घशावरून फिरवावेत.

या क्रियेमुळे मनात दबलेले सगळे ताणतणाव, भावना योग्य प्रकारे बाहेर पडतात. त्यामुळे मन हलकं होऊन अतिशय शांत, प्रसन्न, स्थिरचित्त होतं. याचा अनुभव घेत ध्यान करावं.

योगसाधनेमध्ये सिंहमुद्रेला अतिशय महत्त्व आहे. त्याचे फायदेही खूप मिळतात. यावर बराच अभ्यास केल्यावर असं लक्षात आलं आहे की, सिंहमुद्रेमुळे मनातल्या दबल्या गेलेल्या विचारांचा, भावनांचा अतिशय उत्तमरीत्या निचरा होतो. एरवी या दबलेल्या भावनांचा योग्य पद्धतीने निचरा झाला नाही तर विस्फोट होण्याची दाट शक्यता असते. त्याचाच परिणाम म्हणजे सध्या वाढलेलं आत्महत्या आणि हृदयाघाताचं प्रमाण!

माणसाच्या मनातले कोंडलेले विचार, भावना यांना वेळोवेळी वाट मोकळी करून देणं अतिशय आवश्यक असतं. 'हे कसं करायचं?' यावर जगभरात वेगवेगळे प्रयत्न झाले आहेत. जपानमध्ये झालेला एक प्रयोग हा फारच गमतीशीर, कदाचित खूप विचित्रही वाटेल!

दुसरं महायुद्ध हे आत्तापर्यंतच्या सर्व लढायांमध्ये सर्वांत मोठं युद्ध समजलं जातं. या युद्धादरम्यान १९४५मध्ये अमेरिकेने जपानची हिरोशिमा आणि नागासाकी ही शहरं अणुबॉम्ब टाकून बेचिराख केली. संपूर्ण जपान युद्धाच्या खाईत होरपळून निघाला. मात्र, यातून खचून जाण्याऐवजी, प्रत्येक जपानी नागरिकाच्या मनात एक प्रखर राष्ट्रवाद निर्माण झाला. आपल्या देशाचं नुकसान भरून काढत राष्ट्र अधिकाधिक उन्नत आणि प्रगत करण्याचा निश्चय त्यांनी केला. प्रत्येक नागरिक दररोज दीडपट, दुप्पट वेळ काम करू लागला. कमीत कमी सुट्ट्या घेऊन जास्तीत जास्त उत्पादन करायचं हे ध्येय त्यांनी डोळ्यांसमोर बाळगलं. जपानने काही वर्षांतच फिनिक्स पक्ष्याप्रमाणे राखेतून भरारी घेऊन 'सर्वाधिक प्रगत आणि

पुढारलेला देश' म्हणून आपली ओळख निर्माण केली.

मात्र, यामुळे निरनिराळ्या औद्योगिक कारखान्यात आणि संस्थांमध्ये काम करणाऱ्या कर्मचाऱ्यांच्या मनावरचा ताण प्रचंड वाढला. साहाय्यक आणि वरिष्ठ यांच्यामध्ये खूपच ताणतणावाचे प्रसंग वरचेवर निर्माण होऊ लागले. परिणामी, कर्मचाऱ्यांच्या आत्महत्यांचं, हृदयविकाराच्या झटक्याने मृत्यू होण्याचं प्रमाण प्रचंड वाढलं. हे प्रमाण इतकं मोठं होतं, की अशा प्रकारे मृत्यू येण्याच्या घटनेला जपानी भाषेत 'करोशी' (ओव्हरवर्क डेथ – अतिकामाच्या ताणातून घडलेला मृत्यू) असं नाव पडलं.

जपानमधल्या एका मानसोपचारतज्ज्ञाने यावर एक नामी उपाय शोधला. ज्या वरिष्ठाबद्दल आपल्या मनात राग असेल, त्या साहेबाचा फोटो घेऊन एखाद्या डोंगरमाथ्यावर किंवा जंगलातल्या दाट झाडीत जायचं. त्या फोटोसमोर उभं राहून वेडेवाकडे हावभाव करायचे, अपशब्द उच्चारायचे. फोटोवर उभं राहून थयथय नाचायचं. यामुळे त्या वरिष्ठाबद्दलची आपल्या मनात खदखदत असलेली तीव्र नाराजी, असंतोष बाहेर पडेल, व्यक्त होईल, असा या मानसोपचारतज्ज्ञाचा कयास होता. काही प्रमाणात हा प्रयोग यशस्वी झालाही; परंतु मनातला संताप व्यक्त करण्याचा हा असभ्य, हिंसक प्रकार काही वर्षांतच बंद पडला.

अशा अनेक पद्धती काळाच्या ओघात विरून गेल्या. त्या पार्श्वभूमीवर योगिक ध्यान प्रकारांच्या पठडीतलं 'सिंहमुद्रा ध्यान' हे मात्र हजारो वर्षांनंतरही तितकंच परिणामकारक ठरतं आहे.

अशा अनेक योगपद्धतींनी परिपूर्ण ठरलेल्या भारतीय योगशास्त्राची थोरवी जगभर गायली जात आहे.

शांभवी मुद्रा ध्यान

योगसाधनेत तीन मुद्रांना फार महत्त्व आहे : शांभवी, खेचरी आणि अश्विनी. तिन्ही मुद्रांना मिळून 'मुद्रात्रय' म्हटलं जातं. प्रत्येक मुद्रेचे शरीर-मनाच्या आरोग्यासाठी वेगवेगळे फायदे असल्यामुळे त्या आपापल्या परीने श्रेष्ठ आहेतच; मात्र, त्यातही 'शांभवी मुद्रा' ही सर्वश्रेष्ठ मानली जाते.

शांभवी मुद्रा ध्यान कसं करायचं?

सहज बसता येईल अशा आसनामध्ये ताठ बसावं. डोळे मिटून अंतर्दृष्टी डोळ्यांच्या मध्यभागी, भ्रूमध्यावर (आज्ञाचक्र) एकाग्र करावी. एकाग्रता चांगली साधली की शरीर शिथिल, श्वसन संथ आणि मन शांत अशा स्थितीचा अनुभव मिळू लागतो. या ध्यानाचे शरीर-मनाच्या आरोग्याच्या दृष्टीने वेगवेगळे फायदे आहे. यापुढे जाऊन 'आत्मसाक्षात्कार' (स्वतःच्या खऱ्या रूपाची जाणीव) हा फार महत्त्वाचा परिणाम मानला जातो. भारतीय परंपरेत वेगवेगळ्या दृष्टिकोनातून शांभवी मुद्रेकडे पाहिलं जातं. शांभवी या संकल्पनेचे वेगवेगळे संदर्भ काय आहेत ते पाहू या!

शांभवी म्हणजे काय?

भारतीय तत्त्वज्ञान हे फार प्राचीन काळापासून उदयाला आलं आहे. या तत्त्वज्ञानानुसार, उत्पत्ती, स्थिती आणि लय या तीन अवस्था महत्त्वाच्या समजल्या जातात. यातल्या लय या शक्तीची देवता म्हणजे भगवान शंकर. सगुण उपासनेचं

प्रतीक मानल्या गेलेल्या शंभूला (शंकर) भ्रूमध्याच्या ठिकाणी (डोळ्यांच्या मधोमध) तिसरा डोळा आहे, असं मानलं जातं. म्हणून त्याला 'त्रिनेत्र' असंही म्हणतात. शंभूवरूनच शांभवी हे नाव पडलेलं आहे. हठयोग तंत्रात आज्ञाचक्राचं स्थान इथेच सांगितलेलं आहे.

शांभवी म्हणजे प्रकृती

अध्यात्मशास्त्रानुसार, या सृष्टीचे पुरुष आणि प्रकृती असे दोन मूळ आधार समजले जातात. पुरुष आणि प्रकृती या शक्तींना म्हणजेच दैवतांना आपण शंकर आणि पार्वती मानतो. शंकर म्हणजे शंभू, त्याप्रमाणे पार्वती म्हणजे शांभवी. शांभवी ध्यान म्हणजे 'त्या प्रकृतीचं ध्यान' असाही एक अर्थ आहे.

आज्ञाचक्र

आज्ञाचक्र हे षटचक्रांपैकी अत्यंत महत्त्वाचं असं सहावं चक्र असून 'आज्ञा' या नावाप्रमाणेच ते इतर चक्रांच्या कार्यावर नियंत्रण ठेवतं. शरीररचनाशास्त्रानुसार भ्रूमध्याच्या मागे मेंदूमध्ये मज्जातंतूंचं जाळं (नर्व्ह प्लेक्सस) आहे. योगशास्त्राने याच ठिकाणी आज्ञाचक्राचं स्थान सांगितलेलं आहे. शरीररचनाशास्त्र हे फक्त २०० वर्षांपूर्वी विकसित झालेलं शास्त्र आहे. त्यात शरीरात निरनिराळ्या ठिकाणी मज्जातंतूंचं जाळं आहे, असं सांगितलं आहे. आश्चर्याची गोष्ट म्हणजे, या नर्व्ह प्लेक्ससचं वर्णन हे हजारो वर्षांपूर्वीच्या योगशास्त्राने केलेल्या आज्ञाचक्राच्या वर्णनाशी तंतोतंत मिळतंजुळतं आहे, हे अनेक अभ्यासकांनी मान्य केलं आहे!

आधुनिक वैद्यकशास्त्रानुसार पिट्यूटरी ग्रंथीचं स्थान

अंतःस्रावी ग्रंथीरचनेत पिट्यूटरी ग्रंथीचं स्थान हेही भ्रूमध्याच्या आत मेंदूमध्ये आहे. ही महत्त्वाची ग्रंथी इतर सगळ्या ग्रंथींच्या कामावर नियंत्रण ठेवते. तिला 'बॅन्डमास्टर ऑफ एन्डोक्राइन ऑर्केस्ट्रा' म्हणजेच 'अंतःस्रावी ग्रंथींच्या वाद्यवृंदाचा नियंत्रक' असं कलात्मक नाव दिलं गेलं आहे.

तिबेटी तंत्रयोग आणि 'तिसरा डोळा' संकल्पना

हजारो वर्षांपूर्वीपासून तिबेटी लामा हे भ्रूमध्याच्या आत मेंदूमध्ये 'तिसरा डोळा' (थर्ड आय) हे सर्वश्रेष्ठ शक्तिस्थान मानत आलेले आहेत. आधुनिक विज्ञानाने या तिबेटी तंत्रयोगावर फार मोठ्या प्रमाणात संशोधन करून त्यातील चमत्कारांचं वैज्ञानिक रूप वेळोवेळी जगासमोर आणलं आहे.

चिनी ॲक्युप्रेशर शास्त्र

ॲक्युप्रेशर शास्त्र सांगतं की, भ्रूमध्याच्या ठिकाणी महत्त्वाचा, गुणकारी ॲक्युप्रेशर बिंदू असून त्याला 'अधिपती' हे सार्थ नाव दिलेले आहे.

मनो-मज्जा-रोगप्रतिबंधकशास्त्र (न्यूरो-सायको इम्यूनॉलॉजी PN)

वैद्यकशास्त्रात अनेक वर्षांच्या संशोधनातून, अगदी अलीकडच्या काळात निर्माण झालेल्या या शाखेनुसार भ्रूमध्याच्या आत मेंदूमध्ये फार महत्त्वाचा केंद्रबिंदू मानलेला आहे. त्यावर दृष्टी एकाग्र केल्यास तो उत्तेजित होऊन कोणत्याही बाह्य संवेदनांशिवाय पाच ज्ञानेंद्रियांवर (डोळे, कान, नाक, जीभ, त्वचा), त्यांच्या कार्यावर नियंत्रण मिळवता येतं, असं मान्य केलं आहे.

प्राचीन योगग्रंथ

घेरंडसंहितेत म्हटलं आहे की, शांभवी मुद्रा उत्तम प्रकारे अभ्यासणारा योगी हा आदिनाथ (शिव – सृष्टी लयाकडे नेणारा हर्ता), नारायण (विष्णु – सृष्टीचे धारण करणारा धर्ता), ब्रह्मा (सृष्टी निर्माण करणारा कर्ता) मानावा.

उपनिषदे

*मंडल ब्राह्मणोपनिषदा*मध्ये 'योगसाधनेच्या गूढ, श्रेष्ठ अभ्यासाचं प्रतीक' असं शांभवी मुद्रेचं वर्णन आहे. इतक्या वेगवेगळ्या संदर्भातून शांभवी मुद्रेचं अनन्यसाधारण महत्त्व नक्कीच लक्षात येईल. हे विविध दृष्टिकोन शांभवी मुद्रा ध्यानाचं श्रेष्ठत्व साधकांना पटवून द्यायला नक्कीच पुरेसे ठरतील.

योगियांची मांदियाळी

- महर्षी महेश योगी यांचे अमेरिकेत गाजलेले भावातीत ध्यान
- योगी अरविंदांचे पूर्णयोग ध्यान
- भगवान बुद्धांची ध्यानपद्धती : विपश्यना
- रजनीशांच्या ध्यानपद्धती
- योगदिन आणि ज्ञानेश्वरांचं विश्वशांती ध्यान
- ध्यानावरचं जागतिक संशोधन

महर्षी महेश योगी यांचे अमेरिकेत गाजलेले भावातीत ध्यान

पाश्चात्त्य देश हे भौतिकदृष्ट्या नेहमीच जगात अग्रणी राहिले आहेत. मात्र, विकासाच्या या तथाकथित सर्वोच्च टप्प्यावर पोहोचताना, यातून अपरिहार्यपणे चंगळवाद, भोगवाद निर्माण झाला. या सुखलोलूप वृत्तीने तिथल्या आबालवृद्धांचं मानसिक सुख, स्वास्थ्य, शांतता हिरावून घेतली ती कायमचीच! गेल्या शतकात भारतातल्या अनेक योगी पुरुषांनी पश्चिमेकडील देशांत जाऊन तिथल्या लोकांना योगिक ध्यानातून मनःशांती देण्याचा प्रयत्न केला.

महर्षी महेश योगी हे त्यापैकीच एक इथून अमेरिकेत गेलेले योगी. १९९३मध्ये त्यांनी ध्यानाचे अप्रत्यक्ष परिणाम दाखवणारा एक अभूतपूर्व असा प्रयोग तिथे केला. त्यांनी त्यांच्या थोड्याथोडक्या नव्हे; तर तब्बल ४००० ध्यानशिक्षकांना वॉशिंग्टन शहरात बोलवून घेतलं! पुढचा एक महिना तिथेच राहून त्यांच्याकडून ध्यानाची साधना करून घेतली.

एक महिन्यानंतर वॉशिंग्टनमध्ये घडणाऱ्या गुन्ह्यांचं प्रमाण, संख्या यांचा अभ्यास केला. यातून पुढे आलेल्या निरीक्षणाने अमेरिकन नागरिक अक्षरशः चकित झाले. ४००० योगशिक्षकांनी ध्यानाचा अभ्यास सुरू करण्यापूर्वी वॉशिंग्टन शहरातली गुन्ह्यांची जी संख्या होती, ती हा महिनाभराचा अभ्यास पूर्ण झाल्यानंतर चक्क ५० टक्क्यांनी घटल्याचं लक्षात आलं! अर्थातच, ही संख्या काही एका

दिवसात कमी झाली नाही. महिनाभरात ती हळूहळू कमी होत गेली.

काही व्यक्तींनी एखाद्या शहरात केलेल्या ध्यानाचा परिणाम म्हणून इतर व्यक्तींच्या गुन्हेगारी मानसिकतेत मोठा बदल घडू शकतो, हे महर्षींनी तिथल्या शास्त्रज्ञांपुढे सिद्ध केलं. अमेरिकेतील साधकांनी या घटनेला 'महर्षी इफेक्ट' असं नाव दिलं. ध्यानामध्ये आश्चर्य वाटावं इतकी ताकद आहे, हेच या संशोधनाने जगाला दाखवून दिलं. यातूनच पुढे महर्षी महेश यांनी 'भावातीत ध्यान' (ट्रान्सिडेंटल मेडिटेशन - टीएम) ही अतिशय सोपी आणि सुटसुटीत ध्यानपद्धती जगापुढे ठेवली.

महर्षी महेश योगी

संपूर्ण अमेरिकेला ध्यानस्थ करणारे महेश योगी यांचं व्यक्तिमत्त्व कसं असेल, याबद्दल अनेकांना उत्सुकता असायची. एखादा योगीपुरुष म्हटलं की उंच, धिप्पाड, गोरापान, धारदार नाक, गंभीर चेहऱ्याचा साधुपुरुष डोळ्यांसमोर येतो. प्रत्यक्षात महर्षींची भेट झाल्यानंतर मात्र अमेरिकन लोकांना खूप आश्चर्य वाटायचं; कारण महर्षींचं व्यक्तिमत्त्व अगदी याउलट होते. बेताचीच उंची, चेहऱ्यावर सदैव स्मितहास्य, बोलताना स्वतः मिश्किलपणे हसत दुसऱ्याला हसत ठेवणारं असं त्यांचं एकंदरीत आनंददायी व्यक्तिमत्त्व होतं. म्हणूनच, परदेशी लोकांनी त्यांचं नाव प्रेमाने 'गिगलिंग गुरू' असं ठेवलं होतं.

त्यांचं हे भावातीत ध्यान नक्की कसं होतं ते आपण पाहू या. या योगिक ध्यानप्रकारात, स्वतः महर्षी किंवा त्यांचे प्रशिक्षक, हे साधकाला एक विशिष्ट मंत्र देत. साधकांना पुढीलप्रमाणे मार्गदर्शन केलं जात असे –

या मंत्राच्या अर्थाकडे अजिबात लक्ष न देता, फक्त त्याच्या ध्वनीकडे लक्ष द्यायचं.

ध्यान करताना हा मंत्र, त्याचा ध्वनी हा सूक्ष्म-सूक्ष्म होत जातो.

हे अनुभवताना मनही त्याच्या अतिसूक्ष्म अशा अवस्थेचा अनुभव घेत जातं.

परिणामस्वरूप, मन हे शुद्ध जाणिवेच्या अवस्थेत पोहोचतं.

या स्थितीत मंत्र, त्याचा ध्वनी आणि विचार यांचा पूर्णपणे लय झालेला असतो.

हे ध्यान करणाऱ्या लक्षावधी साधकांच्या वेळोवेळी वैद्यकीय पद्धतीने चाचण्या, मोजमापे घेतली गेली. या केलेल्या शास्त्रोक्त तपासण्यातून पुढे दिलेले निष्कर्ष पुढे आले :

- ध्यानापूर्वी नाडीचे ठोके हे प्रति मिनिट ७५ ते ८० होते. ते ध्यानानंतर ६५ ते ६८ प्रति मिनिट इतके कमी झालेले आढळले.
- वाढलेला रक्तदाब कमी झाला.
- मेंदूत स्वर्गीय आनंद देणाऱ्या अल्फा लहरी उत्पन्न झाल्या.
- त्वचा प्रतिरोध (स्किन रेझिस्टन्स) १५० ते ३०० किलो ओहम्स इतका वाढला. त्वचा प्रतिरोध वाढणं हे ताण, चिंता कमी झाल्याचं लक्षण समजलं जातं.
- ऑक्सिजनचा वापर १६ टक्के इतका कमी झाला. म्हणजेच बीएमआर - बेसिक मेटॅबॉलिक रेट प्रकर्षाने कमी झाला.

महर्षी महेश योगीप्रणित भावातीत ध्यानामुळे अनेक प्रकारचे आजार, व्याधी बऱ्या होऊन शारीरिक व मानसिक आरोग्य लाभतं, हेच या सगळ्या निरीक्षणातून ठळकपणे स्पष्ट झालं.

पुढे स्वित्झर्लंड देशातल्या सिलीसबर्ग इथे महेश योगींनी एक भव्य आश्रम उभारला. हेच त्यांचं मुख्यालय आहे. इथूनच त्यांनी अनेक वर्षं ध्यानाचा उत्कृष्टरीत्या प्रसार, प्रचार, संशोधन केलं. भारतीयांच्या दृष्टीने महेश योगींचं हे ध्यानकर्तृत्व अतिशय अभिमानास्पद असंच आहे!

योगी अरविंदांचे पूर्णयोग ध्यान

योगी श्री अरविंद हे नाव गेल्या शतकापासून योगाच्या क्षितिजावर तेजोमय आहे. अरविंद पाँडिचेरी (आता पुदुचेरी) येथे ४० वर्षं वास्तव्यास होते. या ठिकाणी त्यांनी दीर्घ काळ योगतपस्या केली. अगदी सामान्य माणसालाही आचरणात आणता येईल, असा पूर्णयोग त्यांनी जगापुढे आणला. पूर्व-पश्चिम, प्राचीन-अर्वाचीन, धर्म-विज्ञान, आस्तिक-नास्तिक, बुद्धिवादी-अध्यात्मवादी अशा नानाविध प्रवृत्तींच्या सुरेख मिलाफाचं मनोहारी दर्शन त्यांच्या तत्त्वज्ञानातून आपल्याला घडतं.

उत्क्रांतीच्या तत्त्वानुसार, हजारो वर्षांपासून माणूस प्रगत होतो आहे. मात्र, हा विकास फक्त भौतिकतेवर आधारलेला, एकांगी, शारीरिक पातळीपर्यंतच सीमित राहू नये, अशी त्यांची धारणा होती. ध्यानसाधनेतून जाणीव अधिकाधिक प्रगल्भ करत मनाच्या अनेक वरच्या पातळ्या त्यांनी गाठल्या. उच्च मन, प्रदीप्त मन, अंतरज्ञानात्मक मन, अधिमानस या अवस्थांतून विकसित होत शेवटी 'अतिमानस' (सुप्रामेंटल) अशा उच्चतम अवस्थेला ते स्वतः तर पोहोचलेच! मात्र, जगातल्या प्रत्येक व्यक्तीला हा प्रवास कसा शक्य आहे, याविषयी शास्त्रीय सिद्धान्तच श्री अरविंदांनी जगासमोर मांडला.

पूर्णयोगात मूर्तिपूजा, जप, पूजाअर्चा, प्रार्थना, व्रतवैकल्य, उपवास यांना प्राधान्य नाही. सहजध्यानातून आपलं जीवन हे विचार, विकार, वासना, इच्छा यापासून अंतर्बाह्य आणि पूर्णपणे मुक्त करावं ही शिकवण आहे. पाँडिचेरी येथे अनेक वर्षं श्री अरविंद आणि श्रीमाताजींचं वास्तव्य होतं. आश्रमाशेजारी

जाणीवपूर्वक वसवलेल्या ऑरोव्हिल या आंतरराष्ट्रीय वसाहतीत अनेक साधक येऊन श्रमदान करतात. यात भारतीय साधक तर असतातच; याशिवाय, अनेक देशांतले नागरिक इथे येऊन राहतात, इथे सेवा करतात. त्यांच्यासाठी ते एक सर्वोत्तम असं ध्यानच असतं. बेकरी, आयुर्वेदीय औषधशाळा, स्वर्गीय उद्यानं इथे या सेवाभावातूनच निर्माण झाली. हे पाहताना शिस्त, प्रेम, स्वच्छता व पूर्णयोगाची समर्पणवृत्ती लपून राहत नाही.

योगी अरविंद

अरविंद किंवा माताजी यांनी 'अमुक एक पद्धतीनेच ध्यान करा' असं सांगितलेलं नाही. 'विशिष्ट पद्धतीचाच अंगीकार करावा' असा आग्रहही नाही. समर्पित भावाने आपलं काम प्रेमाने करणं या कर्मयोगाच्या साधनेला प्राधान्य आहे. अरविंदांच्या समाधीजवळ साधक शांतपणे ध्यान करत असतात. आश्रमातलं शांत, पवित्र वातावरण ध्यानासाठी स्फूर्तिदायक ठरतं.

आपली वेळ आली आणि पुरेशी इच्छा झाली की तिथे मार्गदर्शक आपल्याला भेटतात, विशिष्ट ध्यानपद्धती शिकवतात व करवून घेतात, अशी इथल्या साधकांची ठाम श्रद्धा आहे. विचारांकडे साक्षीभावाने, तटस्थ वृत्तीने पाहणं, मंत्रनाद, श्वासोच्छ्वासावर लक्ष, रूपदर्शन (Visualization), अनंत समापत्ती (ईश्वरी तत्त्वाशी एकरूपता साधणं) अशा प्रकारे साधक ध्यान करू शकतात.

मला पूर्वी कामानिमित्त बऱ्याच वेळा पाँडिचेरीला जावं लागे. शक्य असेल तेव्हा वेळ काढून मी तिथे जाऊन बसत असे. एकदा अरविंदांच्या समाधीपाशी बसल्यावर फारच वेगळा अनुभव मिळाला. 'आपल्या आत काहीतरी बदलत आहे... घडत आहे...' अशी संवेदना जाणवत राहिली. नक्की काय घडतंय, हे त्या वेळी नीटसं कळलं नाही. मात्र, ती संवेदना आतून अतिशय हवीहवीशी वाटणारी होती. ही अतिशय उच्च पातळीवरच्या आनंदाची अवस्था अनुभवत मी किती वेळ बसलो होतो, हे मला कळलंही नाही. ध्यानातून बाहेर आल्यावर माझ्याबरोबर

आलेले सहकारी मला म्हणाले, 'तुम्ही दोन तास डोळे मिटून अतिशय स्तब्ध बसला होतात.' तिथल्या प्रशांत, रमणीय वातावरणात मन खूप हलकं होतं हा अनुभव पुढे अनेकदा आला.

नैनिताल येथे 'योगी अरविंद हिमालयन सेंटर' हे सुंदर ठिकाण आहे; तसंच हृषीकेशजवळ रायवाला येथे ऑरोव्हॅली हा आश्रम आहे. या आश्रमात हरणं, मोर यांचा सदोदित वावर असतोच; याशिवाय, कधीमधी चक्क माकडं, हत्तींचे कळपही हजेरी लावून साधकांना विस्मयचकित करतात!

तिथे देशी-विदेशी साधकांसाठी योगध्यान शिबिरं आयोजित केली जातात. या शिबिरार्थींना सूर्यनमस्कार, योगासनं, ध्यान यांचं मार्गदर्शन करण्याचं भाग्य मला लाभलं. दररोज संध्याकाळी सर्व जण ध्यानाला बसतात. विशिष्ट कुठलीही ध्यानपद्धत यात अपेक्षित नसते. शांतपणे बसून आपल्या आत पाहत राहणं एवढंच! या काळात आपण आतून शांतशांत होत चाललो आहोत, हे अगदी प्रकर्षानं जाणवतं.

श्री अरविंद आणि पूज्य माताजी यांच्या देहविलयानंतर काही काळ साधकांना 'आपलं स्फूर्तिस्थान नाहीसं झालं' या भावनेने काहीसं अस्वस्थ केलं. मात्र, समाधीजवळ दिवसातून थोडा वेळ बसणं, दिवसभर चांगल्या कामात गुंतलेलं राहणं यातून एक विलक्षण अशी ध्यानावस्था आश्रमवासीय परत अनुभवू लागले. आश्रमाचा परिसर, सुसज्ज वाचनालय, त्यातलं श्री अरविंद आणि माताजींचं समृद्ध अक्षरवाङ्मय, तिथली कामं करताना सहजगत्या ध्यानस्थिती अनुभवणं याहून अधिक पवित्र, सुंदर, आनंदमयी काय असू शकेल!

भगवान बुद्धांची ध्यानपद्धती : विपश्यना

दर वर्षी बुद्धजयंतीच्या निमित्ताने जगभरात लाखो साधक 'विपश्यना ध्यान' करून भगवान बुद्धांना वंदन करतात. मानवजातीत बहुतांश व्यक्तींनी हीच ध्यानसाधना करून पूर्णावस्था प्राप्त करून घेतली आहे. भगवान बुद्ध याच साधनेने निर्वाण अवस्थेत गेले. ही पद्धती वैज्ञानिक असल्याने अतिशय लोकप्रिय झाली.

विपश्यना म्हणजे काय? तर, विशेष रीतीने पाहणं, अनुभवणं.

हे ध्यान कसं करायचं ते पाहू या.

अनापानसति

अनापान + सति = अनापानसति. 'अनापानसति' ही विपश्यनेची पहिली पातळी आहे. अनापान म्हणजे श्वासोच्छ्वास आणि सति म्हणजे जाणीव, स्मरण. आपल्या श्वासोच्छ्वासाकडे जाणीवपूर्वक, अवधानपूर्वक लक्ष देणं म्हणजे अनापानसति. तसंही आपण लक्ष दिलं किंवा न दिलं तरी आपला श्वासोच्छ्वास अखंडपणे सुरूच असतो की बिचारा! मात्र, त्याच्याकडे सावधचित्ताने अविरत पाहत राहणं, जाणीवपूर्वक अनुभव घेणं एवढंच साधकाने करायचं असतं; म्हणजे ते ध्यान होतं. श्वासोच्छ्वासाच्या क्रियेकडे तीन प्रकारे पाहता येतं.

■ **प्रकार पहिला**

श्वासाद्वारे हवा ही नाकपुडीत, मग छातीमध्ये, पुढे फुप्फुसामध्ये प्रवेश करते. उच्छ्वास करताना हवा ही नाकपुडीतून शरीराबाहेर सोडली जाते. या

श्वासोच्छ्वासाच्या माध्यमातून आतबाहेर होणाऱ्या या हवेचं, ठिकठिकाणी होणाऱ्या तिच्या स्पर्शाचं अवधान राखायचं. श्वास अंतर्यामी किती खोलवर जातोय, उच्छ्वास शरीराबाहेर किती लांबवर जातोय, हे पाहायचं. श्वासाच्या तुलनेत उच्छ्वासाचं तापमान थोडं जास्त असतं, हे जाणवतं का ते पाहायचं.

या श्वासोच्छ्वासाला एक अगदी मंद असा नादही असतो बरं का! ऐकलाय का कधी? श्वासोच्छ्वासाचा स्पर्श नाकाच्या आत, नाकाच्या मधल्या पडद्याला, नाकपुडीच्या टोकापाशी जाणवतो. मात्र, हे सगळं अनुभवताना, सगळ्यांत महत्त्वाची एक गोष्ट अगदी कटाक्षाने पाळायची. ती म्हणजे, श्वासोच्छ्वासाच्या गतीवर आपलं बिलकुल नियंत्रण आणायचं नाही. तो आपला आपण जसा चालला आहे तसाच चालू राहू द्यायचा आहे. कधी तो जोरजोरात चालेल, कधीतरी संथ होत-होत इतका मंद होईल, की तो बंद पडलाय की काय, अशी शंका येईल!

- **दुसरा प्रकार**

श्वासोच्छ्वास करताना पोट वरखाली होतं. ते मनाने पाहत राहणं, त्याची जाणीव ठेवणं. पोट वरखाली होण्याच्या प्रक्रियेचं फक्त अवलोकन करायचं आहे. त्यावर कुठल्याही प्रकारे नियंत्रण मात्र आणायचं नाही.

- **तिसरा प्रकार**

श्वासोच्छ्वास करताना छातीच्या हालचालींकडे लक्ष द्यायचं. छाती कशी वरखाली होते आहे, सूक्ष्मरीत्या कितपत रुंदावते आहे, इकडे लक्ष ठेवायचं.

अनापानसतिची क्रिया सुरू करण्यापूर्वी, सुरुवातीला पाठीचा कणा सरळ ठेवून, डोळे मिटून श्वासोच्छ्वासाकडे लक्ष द्यायचं. मन हळूहळू अंतर्मुख होऊ देत राहायचं. श्वासोच्छ्वासाची संख्या मोजायची नाहीये. कुठलाही जप वगैरेसुद्धा करणं अपेक्षित नाही. श्वासोच्छ्वासाच्या प्रक्रियेची जाणीव सतत जागृत ठेवणं, एवढंच करायचं.

श्वासाकडे पाहताना शरीरांतर्गत अवयवांच्या संवेदना जाणवतील. वेगवेगळे स्पर्श जाणवतील : कपड्यांचा, वाऱ्याचा, उन्हाचा स्पर्श; तसंच नानाविध संवेदनांकडे लक्ष वेधलं जाईल... काहीही कारण नसताना उगीचच कुठेतरी खाज सुटेल : हाताला, पायाला, नाकाला... क्वचित अंगाला येणाऱ्या घामाची जाणीव... काही वेळानं हातपाय अवघडणं, त्यांना मुंग्या येणं हेही व्हायला लागेल...

त्वचेवरील रोमांच, हुळहुळ यांची जाणीव... अशा वेगवेगळ्या संवेदना जाणवतात. या संवेदनांकडे केवळ पाहायचं आहे. त्या अनुभवाचं भान राखायचं. त्याची केवळ मनात नोंद घ्यायची. त्या संवेदनांबाबत कुठलीही शारीरिक, मानसिक प्रतिक्रिया व्यक्त करायची नाही.

आता या शारीरिक संवेदनांना थोडं शिस्तबद्ध स्वरूप द्यायचं. म्हणजे काय? तर, या संवेदना एका क्रमाने न्याहाळत जायचं आहे. उजव्या पायाच्या अंगठ्यापासून सुरुवात करून हळूहळू क्रमशः एकेका अवयवावरून अंतर्दृष्टी फिरवत जाणीव डोक्यापर्यंत न्यायची. नंतर मंद गतीने क्रमशः डोक्यापासून उजव्या पायाच्या अंगठ्यापर्यंत न्यायची. संवेदनेची फक्त नोंद घ्यायची. थोडीशीही प्रतिक्रिया द्यायची नाही. तटस्थपणे पाहण्याची प्रक्रिया सुरू ठेवायची. यातूनच ध्यान साधतं, मनस्थैर्य जाणवतं.

श्वास व संवेदना यांच्या जोडीने मनात विचारही डोकावतात. विचार मनामध्ये मुद्दामहून आणायचे नाहीत; पण सहजपणे आले तर त्यांना घालवूनही द्यायचं नाही. त्यांची चांगले-वाईट अशी प्रतवारीही करायची नाही. विचारांकडे साक्षीभावाने, तटस्थतेने केवळ पाहत राहायचं. निवडरहित अवधान ठेवायचं, सजग सावधानता राखायची. श्वास, संवेदना, विचार यांपैकी कशावरही लक्ष केंद्रित होऊ शकतं.

श्वासाकडे पाहण्याला अनापानसति म्हणतात. संवेदना, विचारांकडे पाहण्याला विपश्यना म्हणतात. अनापानसति जमलं की विपश्यना जमणं सोपं होतं. मन अत्यंत स्थिर, प्रसन्न होतं. या ध्यानाचा परिणाम म्हणजे, साधक शांत होतो. त्याला आंतरिक प्रगाढ शांतीचा अनुभव येतो. ही शांतीची सखोल अनुभूती आल्यामुळे विपश्यनेच्या दीर्घकालीन साधनेसाठी प्रेरणा मिळते.

रजनीशांच्या ध्यानपद्धती

रजनीश

एकदा एका वैद्यकीय शिक्षण संस्थेत ध्यानावर व्याख्यान देण्यासाठी मला बोलावलं होतं. बोलण्याच्या ओघात त्या भावी डॉक्टर्सना मी सहज म्हणून गेलो की, ''रजनीशांनी ध्यानात खूप प्रयोग केले आहेत. आपण आज शिकलो त्यातल्या काही प्रकारांचं ओशो पद्धतीशी साधर्म्य आहे.'' हे ऐकल्यावर त्यातल्या बऱ्याच तरुणांनी विचारलं, ''कोण रजनीश?''

माझ्यासाठी खरंतर हा काहीसा आश्चर्याचा धक्काच होता; त्याबरोबरीने जरा गंमतही वाटली! काय असतं ना, की बऱ्याच गोष्टी आपण गृहीतच धरून चालत असतो. अध्यात्म म्हटलं की जसं ज्ञानेश्वर, रामदास, तुकाराम हे सर्वांना माहीत असणारच; तसंच ध्यानाच्या बाबतीत रजनीश हे नाव सगळ्यांना माहीतच असणार, अशी माझी मनोधारणा आहे. पण माणूस त्याच्या काळात प्रसिद्ध असला तरी काही काळ लोटल्यावर, भा. रा. तांबे म्हणतात तसं 'जो तो वंदन करी उगवत्या, जो तो पाठ फिरवि मावळत्या' हेच खरं ठरतं.

एके काळी संपूर्ण जगावर ध्यानविद्येची मोहिनी घालणारा हा जादूगार काळाच्या पडद्याआड जाऊ लागला आहे, याचं वैषम्यही वाटलं. रजनिशांबद्दल मागच्या पिढीतल्या योग, तत्त्वज्ञान आणि ध्यानाच्या अभ्यासक-वाचकांमध्ये मोठं कुतूहल, उत्सुकता आहे. त्याच वेळी सध्याच्या तरुण पिढीला मात्र ते माहिती दिसत नाहीत. ओशो आणि त्यांच्या ध्यानप्रक्रिया यासंबंधी त्यांना फारसा गंधही नाही! यासाठीच 'रजनीश आणि त्यांच्या ध्यानपद्धती' या विषयावर या प्रकरणात काही उजेड टाकण्याचा हा प्रयत्न आहे.

रजनीशांचं जीवनकार्य

भारतातले महान योगी, त्यांनी केलेलं ध्यानविषयक मार्गदर्शन याबद्दल बरीच माहिती आपण या पुस्तकातून घेत आहोत. यात आणखी एका नावाचा अगदी आवर्जून उल्लेख व्हायलाच हवा. ते नाव म्हणजे, रजनीश. ओशो, भगवान, आचार्य अशी अनेक नावं धारण करणारे रजनीश!

रजनीश : एक वादळी झंझावाती व्यक्तिमत्त्व

अगदी विद्यार्थिदशेपासूनच रजनीश हे एक वादळी व्यक्तिमत्त्व होतं. एक झंझावातच होता म्हणा ना! १९३१मध्ये मध्य प्रदेशात त्यांचा जन्म झाला. 'चंद्रमोहन जैन' हे त्यांचं मूळ नाव. लहानपणापासूनच ते अतिशय बुद्धिमान आणि चिकित्सक होते. कॉलेजमध्ये शिकत असताना एक बंडखोर, विद्रोही विचारांचा हुशार विद्यार्थी म्हणूनच ते प्रसिद्ध होते. तिथल्या प्रोफेसरांशीही त्यांचे नेहमी जोरदार वाद होत असत. तत्त्वज्ञानात एमए केल्यावर तिथल्याच विद्यापीठात काही काळ प्राध्यापक म्हणून त्यांनी नोकरीही केली.

महात्मा गांधींपासून ते अनेक प्रस्थापित धर्ममार्तंडांपर्यंत अनेक थोर व्यक्तींबद्दल ते विवादास्पद मतं मांडत. पारंपरिक धर्मांवर टीका करत. इतकं वादग्रस्त व्यक्तिमत्त्व असूनही, अनेक श्रीमंत व्यापारी, उद्योगपती त्यांचे अनुयायी बनले. भारतभर फिरून ते ध्यानशिबिरं घेत. 'संभोगातून समाधी' हाही असाच एक वादग्रस्त विषय ठरला होता. भगवी कफनी परिधान करून नवसंन्यास घेण्याची एक नवी पद्धत त्यांनी रूढ केली.

काही काळ मुंबईत वास्तव्य केल्यावर मधुमेह, दमा जडल्याने ते पुण्यात आले. पुण्यात आल्यावर त्यांनी कोरेगाव पार्क या अत्यंत उच्चभ्रू लोक राहत असलेल्या वस्तीत एक आश्रम काढला. अल्पावधीतच हा आश्रम एक 'आंतरराष्ट्रीय ध्यानकेंद्र' म्हणून नावारूपाला आला. त्याची कीर्ती जगभरात पसरली. युरोपीयन्स, अमेरिकन लोकांचे जथेच्या जथे पुण्याच्या आश्रमात लोटू लागले. आचार्य, भगवान, रजनीश, ओशो अशा बऱ्याच उपाधी त्यांना मिळाल्या. श्रोत्यांना मंत्रमुग्ध करत, विनोदाची पेरणी करत ध्यान, समाधी या गंभीर विषयांवर ते लोकांना खिळवून ठेवत. या शैलीमुळे ते प्रचंड लोकप्रियतेच्या लाटेवर आरूढ झाले.

व्याख्यानं, प्रश्नोत्तरं, दिक्षा देणं असे उपक्रम त्यांच्या आश्रमात चालत. मात्र, परदेशी नागरिकांच्या वास्तव्यामुळे काही वादग्रस्त विषयांशी केंद्राचं नाव जोडलं जाऊ लागलं. 'रजनीशांची व्याख्यान शैली बदलते आहे, अधिकाधिक लोकांना आकृष्ट करण्यासाठी बौद्धिकता कमी आणि धक्कातंत्र, रंजकता, अनौपचारिक विनोद यांचा भरणा जास्त होऊ लागला आहे,' असं काही लोक म्हणू लागले.

अशा परिस्थितीत आश्रमावर काही कारवाई होईल की काय; अशी शक्यता निर्माण झाली.

रजनीशांचं अमेरिकेत आगमन

यातून मार्ग काढण्यासाठी रजनीशांनी अमेरिकेत जायचं ठरवलं. तिथे गेल्यावर त्यांनी त्यांच्या साधकांसाठी 'रजनीशपुरम' हे एक स्वतंत्र शहरच वसवलं. अमेरिकन जनतेला रजनीशांचं तत्त्वज्ञान, ध्यानपद्धती या फारच अनोख्या वाटल्या. अल्पावधीतच लोकांनी त्यांना डोक्यावर घेतलं! संपत्तीचा प्रचंड ओघ त्यांच्या संस्थेकडे वळू लागला. मिळालेल्या अफाट पैशातून त्या काळी अत्यंत महागड्या समजल्या जाणाऱ्या १०० रोल्सरॉईस खरेदी केल्या गेल्या. या गाड्यांच्या ताफ्यासह ओशो गाडीतून शिष्यांना दर्शन देत. अमेरिकेतल्या चार वर्षांच्या वास्तव्यात अफाट प्रसिद्धी, संपत्ती त्यांना मिळाली. मात्र, तिथल्या अमेरिकी सरकारबरोबर संघर्ष झाल्यामुळे अखेर त्यांना भारतात परत यावं लागलं.

अवघ्या ६० वर्षांच्या आयुष्यात रजनीशांनी योग, तत्त्वज्ञान, अध्यात्म, धर्म, जीवनशैली अशा अनेक महत्त्वपूर्ण विषयांवर असंख्य पुस्तकं, व्याख्यानं यातून

भाष्य केलं. रजनीश यांच्या एकंदर जीवनकार्याविषयी आपण थोडक्यात पाहिलं. आता त्यांच्या काही ध्यानपद्धतींचा मागोवा घेण्याचा प्रयत्न आपण करणार आहोत.

रजनीशांच्या ध्यानपद्धती

ओशोंनी ध्यानाच्या क्षेत्रात असंख्य प्रयोग केले. आलेल्या प्रत्येक साधकाला शेवटपर्यंत त्यांनी फक्त एकच अट घातली होती. ती म्हणजे, 'न चुकता दररोज नित्य ध्यान'. ही अट सहज पूर्ण करता यावी यासाठी त्यांनी ध्यानाचे अक्षरशः शेकडो प्रकार शिकवले. या सर्व प्रकारांची ढोबळपणे दोन भागांत विभागणी होते : पहिला प्रकार सक्रिय (डायनॅमिक) पद्धती, आणि दुसरा प्रकार निष्क्रिय (स्टॅटिक) पद्धती. यातल्या पहिल्या भागातल्या, म्हणजेच सक्रिय पद्धतीने ध्यान कसं केलं जातं, ते पाहू या.

ओशो रजनीशांच्या सक्रिय ध्यानपद्धती

या सगळ्या ध्यानविधींबद्दल काही गोष्टी लक्षात ठेवायला हव्यात :

- हे ध्यान पाच-सहा महिने करावं.
- काही आजार, व्याधी असल्यास आपल्या डॉक्टरांचा सल्ला घेऊन मगच ध्यान करावं.
- हे ध्यान रिकाम्या पोटी, समूहाने करणं अपेक्षित आहे.
- विशिष्ट संगीताच्या पार्श्वभूमीवर ध्यान अधिक प्रभावी होतं.
- सगळ्या प्रकारांत, आधी शरीर आणि मनाची प्रचंड दमणूक करायची; नंतर स्तब्ध राहून आपल्या आत असलेल्या खऱ्या 'मी'ला निरखत राहायचं, हे सूत्र नेहमीच लक्षात ठेवायचं.

पहिला प्रकार : हा पाच टप्प्यांत आहे.

- टप्पा एक : दहा मिनिटं

  नाकाने भस्त्रिकेसारखा जोरजोराने, गतिमान श्वासोच्छ्वास करावा. एकीकडे शरीराची त्याला अनुकूल अशी हालचाल करावी.
- टप्पा दोन : दहा मिनिटं

उड्या मारणं, हसणं, रडणं, ओरडणं, चिडणं अशा क्रियांतून आपल्या मनातल्या भावना, विकार यांचा निचरा होऊ देत राहावा.

- टप्पा तीन : दहा मिनिटं

  तळपाय जमिनीवरच टेकलेले ठेवून, दोन्ही हात वर नेत उड्या मारल्याप्रमाणे करावे. तोंडाने हूं ऽऽ हूं ऽऽ हूं ऽऽ असा आवाज करत राहावा.

- टप्पा चार : दहा मिनिटं

  दगडाच्या मूर्तीसारखं, शरीर थिजल्याप्रमाणे एकाच जागेवर अगदी निश्चिलपणे, स्तब्ध उभं राहावं. शरीराला रग लागते; पण ती सहन करत, अजिबात न हलता, गोठल्यासारखं स्थिर थांबावं. शरीरात खेळणारी ऊर्जा, जी एरवी जाणवत नाही, ती या अवस्थेत प्रकर्षानं जाणवते. त्या ऊर्जेच्या हालचालीकडे त्रयस्थपणे, साक्षीभावाने पाहत राहावं.

- टप्पा पाच : दहा मिनिटं

  मागे पार्श्वसंगीत चालू असतं. त्याच्या तालावर नृत्य करत, आतून निखळ आनंदाच्या लाटा बाहेर पडत आहेत, अशी जाणीव निर्माण करावी.

रजनीशांनी ही सक्रिय पद्धती विकसित केली, तेव्हा सुरुवातीला प्रस्थापित ध्यान-मार्गदर्शकांनी त्यावर टिकेची खूप झोड उठवली. मात्र, याचा अनुभव घेतल्यावर ही पद्धत फारच परिणामकारक वाटू लागल्यामुळे प्रचंड लोकप्रियही झाली.

सक्रिय पद्धतीचे इतरही काही प्रकार

दुसरा प्रकार : हा चार टप्प्यांत आहे.

- टप्पा एक : दहा मिनिटं

  डोळे बंद करून शरीर अगदी ढिलं सोडावं. पार्श्वसंगीतावर शरीर कंपायमान होऊ देत राहावं.

- टप्पा दोन : दहा मिनिटं

  पार्श्वसंगीताच्या लयीत शरीराला सहजतेने नृत्य करू द्यावं. संगीताची लय वाढेल तसा नृत्याचा वेगही वाढवावा.

- टप्पा तीन : पंधरा मिनिटं

अगदी स्तब्धपणे उभं राहावं. खाली बसावंसं वाटलं तर अगदी ताठ बसावं. या शरीराच्या आत आणि बाहेर काय-काय घडतंय, ते त्रयस्थपणे पाहावं.

- टप्पा चार : पंधरा मिनिटं

  शवासनात पडून राहतो तसं पाठीवर अगदी शांतपणे पडून राहावं. झोप मात्र लागू देऊ नये. शरीर आणि मन शिथिल, शांत, स्वस्थ; पण पूर्णपणे जागरूक ठेवावं.

- या सक्रिय ध्यानाचे तांडव ध्यान, सुफी ध्यान, नटराज ध्यान, ब्रह्मनाद ध्यान, कुंडलिनी ध्यान असे साधकांची उत्कंठा वाढवणारे इतरही बरेच प्रकार आहेत.

ओशो रजनीशांच्या निष्क्रिय ध्यान पद्धती

या सगळ्या निष्क्रिय ध्यानविधींना एका अर्थाने 'शांत ध्यान' पद्धती असंही म्हणता येईल. या प्रकारांमध्ये बरीच विविधता आहे. म्हणून ओशो वेळोवेळी सावध करायचे. ते सांगायचे, 'कुठलाही प्रकार एकदाच करून पाहिला की 'तो उपयोगी पडतो आहे किंवा नाही' असं लगेच ठरवता येत नाही. त्यासाठी त्या पद्धतीचा परत-परत अवलंब करावा लागेल. असं करून मग ज्या ध्यानात मन छान रमतंय असं वाटतं, ते प्रकार नित्याच्या साधनेत ठेवा.

- **उत्कटता ध्यान**

आपल्या आयुष्यात अनेक सुख-दुःखाचे प्रसंग येतात. आपण अतिशय उत्कटतेने ते अनुभवतो. मात्र, आपली जाणीव ही वरवरची, बहिर्मुख अशीच राहते. अशा वेळी ही जाणीव अभ्यासाने, प्रयत्नपूर्वक अंतर्मुख केली तर नक्कीच सखोल ध्यानाचा आनंद मिळेल. याचं साधं उदाहरण म्हणजे आपलं खाणंपिणं!

- **चहापान ध्यान**

सर्वसामान्यांपासून गर्भश्रीमतांपर्यंत सगळ्यांचं अतीव प्रिय पेय म्हणजे 'चहा'. याला गमतीने 'चहापान ध्यान' असं म्हणू या. चहा हा जितका प्रिय आहे, तितकंच हे ध्यानही साधकांमध्ये अतिशय लोकप्रिय आहे. ते कसं करायचं हे पाहू.

यात चहा तयार करण्यापासून ते अगदी शेवटचा घोट पोटात जाईपर्यंत छोट्यात छोटी प्रत्येक कृती ही सजगपणे करायची आहे.

गॅस पेटवणं... पाणी गॅसवर ठेवणं... ते जसजसं तापायला लागेल तसतसा त्याचा बदलणारा नाद लक्षात घेणं... चहापत्ती पाण्यात सोडणं... उकळल्यावर भांड्याचा होणारा आवाज... चहापत्तीचा मंद सुगंध... मग चहा कपात ओतणं... शांतपणे बसून एकेक घोट चवीने पिणं! झेन योगतंत्रात तर चहापानाची 'अथपासून इतिपर्यंत' यच्चयावत पाकक्रिया म्हणजे एक मोठा समारंभच असतो म्हणा ना! याबाबत रजनीश असं म्हणायचे की, आपलं खाणंपिणं हीसुद्धा ध्यानप्रकिया आहे. भराभर गिळण्याची घाई न करता चवीने खावं-प्यावं. मन सावध ठेवून खाद्यपेयांचा आनंद घ्यायचा.

आपली संस्कृती हेच सांगते. अन्न हे पूर्णब्रह्म आहे. त्याकडे नुसतं 'पोट भरणं' असं पाहायचं नाही. सगळ्या कर्मांमध्ये यज्ञकर्म हे सर्वोच्च प्रतीचं समजलं जातं. त्यामुळे त्याला 'जाणिजे यज्ञकर्म' असं म्हटलं आहे. *विज्ञान-भैरव-तंत्र* या हठयोगाच्या प्राचीन ग्रंथात सांगितलेले ध्यानविधी कसे करायचे, हे ओशोंनी लोकांना शिकवलं.

निसर्गात घडणाऱ्या असंख्य घटना आपल्याला आश्चर्यचकित करून सोडतात. आकाशात अचानक उमटलेलं इंद्रधनुष्य... उगवणाऱ्या सूर्याच्या केशरी बिंबाचं पावित्र्य... त्याच सूर्याच्या मावळतीचा काहीसा वैराग्यदायी नारिंगी रंग... अशी कित्येक उदाहरणं देता येतील. ही दृश्य पाहताना विस्मयाने नकळत आपण जाणिवेच्या उत्कट बिंदूवर असतो. मात्र, ही जाणीव या परमोच्च बिंदूवर स्थिर राहत नाही. कृष्णजी (जिद्दू कृष्णमूर्ति) म्हणतात तसं, तिथे अवधान देऊन त्या प्रसंगाच्या मुळाशी जाता आलं, तर त्या दिव्यानंदात आपल्याला खोलवर डुंबत राहणं अवघड नाही!

■ श्रवण ध्यान

'धन्य ते गायनी कळा' असं समर्थ रामदासांनी म्हटलंच आहे. गायन ऐकताना कानांद्वारे प्रत्ययाला येणारा आनंद हे उत्तम ध्यान आहे. डोळे मिटून त्या श्रोत्रसुखाशी तन्मय होता आलं तर आपल्या प्रत्येकाच्या अंतर्यामी खोलवर दडलेल्या आनंदाच्या स्रोताचा स्पर्श सहजच घडेल.

रजनीशांचं विद्यार्थ्यांना ध्यानविषयक मार्गदर्शन

मुलांनी, विद्यार्थ्यांनी ध्यान केलं पाहिजे, असं नेहमी बोललं जातं. ओशोंनी नुसतं बोलत न राहता, त्यापलीकडे जाऊन, मुलांसाठी अनेक ध्यानतंत्र सुचवलेली आहेत. ओशो नेहमी म्हणायचे की, मुलांना ध्यानाचा खूप फायदा होऊ शकतो. त्यासाठी संपूर्ण कुटुंबाने दररोज शांततेचा एक तास पाळणं आवश्यक आहे. ओशोंनी लहान मुलांसाठी एक साधी ध्यान पद्धतीची रूपरेषा सांगितली. त्यात खळखळून पोटभर हसणं आणि मग शांतता यांचा समावेश आहे. मुलांमध्ये आंतरिक जागरूकता आणि ध्यान जोपासण्यासाठी ते नृत्य आणि गोलगोल चकरा मारणं अशा गोष्टी करायला सांगत.

मुलांना ध्यान करायला शिकवलं पाहिजे. शांत - प्रसन्न कसं राहायचं, मन नसलेल्या स्थितीत कसं पोहोचायचं, मुलं हे खूप लवकर शिकू शकतात. मुलांना शांततेची आवड निर्माण करायची असेल तर प्रत्येक घरात त्यासाठी एक नियोजित असा कार्यक्रम असावा. हे तेव्हाच शक्य होतं, जेव्हा पालक स्वतः त्यांच्यासोबत सराव करतात. दररोज एक तास शांतपणे बसणं प्रत्येक घरात अनिवार्य असावं. गरज असल्यास त्यासाठी जेवणंही लवकर उरकून टाकली तरी हरकत नाही. कोणत्याही परिस्थितीत एक तास मौन पाळलंच पाहिजे.

मुलांना विद्यार्थिदशेतच ध्यान करायला शिकवणं हे त्यांना त्यांच्या आंतरिक शांततेशी जोडलं जायला शिकण्यास मदत करू शकतं. थोडेसं मार्गदर्शन आणि प्रोत्साहन देऊन ते त्यांच्या स्वतःच्या आतल्या आवाजावर विश्वास ठेवायला आणि ऐकायला शिकू शकतात. त्यांचं अंतर्ज्ञान बळकट करू शकतात, त्यांची आत्म-जागरूकता वाढवू शकतात.

साध्या आणि मजेदार अशा ध्यानपद्धतींमुळे आपल्या आत पाहण्याची सवय विकसित होते. त्याचे मुलांना काय-काय फायदे मिळतील हे ओशो सांगतात.

स्वतःची सक्षमता अनुभवणं, स्वाभिमान निर्माण करणं, स्वतःवर लक्ष केंद्रित करणं, शिस्त लावण्यास शिकणं, आंतरिक शांती आणि सर्जनशीलतेमध्ये वाढ होणं, स्वतःचा आणि इतरांचा आदर राखायला शिकणं, ... अशा अनेक गोष्टी विद्यार्थी आत्मसात करतील.

ओशोंनी मुलांसाठी सांगितलेलं ध्यान प्रत्यक्ष कसं करायचं ते पाहू या.

- **जिबरिश ध्यान - पहिला टप्पा : ५ मिनिटं**
  मुलांनी त्यांच्या भावना आणि विचार हे त्यांना माहीत नसलेल्या भाषेत व्यक्त करणं; म्हणजेच काहीसं असंबद्ध अक्षरं, शब्द उच्चारत राहणं.
- **खळखळून पोटभर हसणं - दुसरा टप्पा : ५ मिनिटं**
- **अगदी शांत, शांतपणे झोपण्याच्या स्थितीत पडून राहणं - तिसरा टप्पा : ५ मिनिटं**

याव्यतिरिक्त ओशोंनी मुलांसाठी सुचवलेल्या ध्यानाच्या इतर काही पद्धती :

- **नृत्य, गायन, चित्रकला**
  या अशा क्रिया आहेत, ज्यात आपण जाणीवपूर्वक आणि आपल्या संपूर्णतेने भाग घेतो, तेव्हा मन हे आपसूकच ध्यानाकडे वळतं.
- **गोलगोल चकरा मारणं**
  मुलं हे खूप आनंदाने करतात. जेव्हा मुलं चकरा मारतात तेव्हा त्यांना जाणीव होते की, त्यांचं शरीर फिरतं आहे, परंतु ते स्वतः नाही. आतून त्यांना एक केंद्रीकरण जाणवतं.
- **वेगवेगळे मजेशीर चेहरे करणं**
  ओशो हे मुलांना लहानपणीच ध्यान शिकवण्याच्या बाबतीत अतिशय सतर्क होते. त्यांचं असं ठाम मत होतं की, मुलांना ध्यान करायला शिकवलं जाऊ शकतं, आणि तेही मोठ्या लोकांपेक्षा अधिक सहजपणे!

भारतीय प्राचीन परंपरेत शिव-पार्वतीच्या संवादातून ११२ ध्यानपद्धती या १६३ श्लोकांतून सूत्ररूपाने सांगितल्या गेल्या आहेत. सामान्य साधकाला केवळ काही शब्दांत असलेल्या त्रोटक अशा या सूत्रांमधून ध्यान नक्की कसं करायचं ते कळत नाही. ओशोंनी त्यांच्या उच्च प्रतिभेच्या बळावर या प्रक्रिया योगप्रेमींसमोर अलवारपणे उलगडून दाखवल्या. यामुळेच, रजनीशांविषयी असलेल्या मतमतांच्या गलबल्यातही त्यांच्या ध्यानप्रसाराचं उत्तुंग कार्य हे कधीच झाकोळलं गेलेलं नाही!

योगदिन आणि ज्ञानेश्वरांचं विश्वशांती ध्यान

२१ जून हा दिवस जगातल्या सर्व देशांमध्ये 'आंतरराष्ट्रीय योगदिन' म्हणून साजरा होतो. योग ही अतिशय प्राचीन अशी भारतीय परंपरा आहे. भारताने घेतलेला पुढाकार आणि परिश्रम यामुळे संयुक्त राष्ट्रसंघाने २०१५पासून दर वर्षी जागतिक योगदिन साजरा करायला सुरुवात केली. त्यामुळे तब्बल १७५ देशांत योगसाधनेचं बीज रोवलं गेलं.

विश्वातल्या प्रत्येक माणसामध्ये त्यानिमित्ताने योगाविषयी एक आपलेपणाची भावना निर्माण झाली आहे. या पृथ्वीच्या पाठीवरील प्रत्येकाचं मन जणू योगरूपी शांतिब्रह्माने भरून गेलं. एका अर्थाने यालाच 'विश्वशांती ध्यान' म्हणायला हवं.

जन्माला येणारा प्रत्येक जीव आनंदाच्या शोधात असतो. आयुष्यभर हा धांडोळा घेताना कमीअधिक प्रमाणात ध्यानाचा अनुभव त्याला येतोच! 'आता विश्वात्मके देवे' असं म्हणणाऱ्या ज्ञानेश्वरांनीही 'प्रत्येक प्राणिमात्राच्या अंतःकरणात विश्वमनाच्या अनुभूतीचा प्रकाश उजळावा' यासाठी पसायदान मागितलं. त्यांच्या ७०० वर्षांच्या तपस्येला आलेलं फळ म्हणूनच 'विश्वशांती ध्याना'ची कल्पना योगदिनाच्या रूपाने प्रत्यक्ष साकार झाली आहे, असं म्हणावं लागेल!

हजारो वर्षांपूर्वी आपल्या ऋषींनी वेद आणि उपनिषदांमधून अनुपम सुंदर असे शांतिमंत्र रचले. या मंत्रांच्या अर्थाची भावना सदोदित आपल्या मनात तेवत ठेवली तर कुणालाही हे विश्वशांती ध्यान सहज करता येईल. पुढे दिलेले अतिशय

सुंदर असे भाव या प्रार्थनांमध्ये आहेत. त्याचं चिंतन करत हे विश्वशांती ध्यान कुणालाही सहज करता येईल.

संपूर्ण पृथ्वीतलावर शांतता असावी.
या जगात जिथे-जिथे पाण्याचे साठे आहेत, तिथे-तिथे शांतता असावी.
सर्व वनौषधी, झाडं, वेली यांमध्ये सामंजस्याचं राज्य नांदावं.
संपूर्ण विश्वात सुसंवादाचा प्रवाह एखाद्या सुखद झऱ्याप्रमाणे वहावा.
समस्त जिवांमध्ये सद्‌भाव, समरसता काठोकाठ भरून जावी.
शांती ही आत आणि बाहेरही असावी. सर्व काही अंतर्बाह्य शांततेने तृप्त असावं.
सगळ्यांचं कल्याण व्हावं.
सारं काही शांत आणि पूर्ण असावं.
आपण सारे जण एकत्र पुढे जाऊ या. आपलं शिक्षण, विकास हा तेज-ओजाने भरलेला असू देत!
बाहेरचं जग पूर्ण आहे, तसंच आतलं जगही दिव्य अशा चेतनेने परिपूर्ण आहे. या अद्‌भुत अशा दिव्य चेतनेच्या परिपूर्णतेतूनच विश्व साकारलं आहे.
हे ईश्वरा! या कानांना नेहमी शुभ ऐकू यावं. डोळ्यांनी सदैव सुंदर असंच पाहावं. सगळी इंद्रियं स्थिर, सदोदित टवटवीत, प्रसन्न असावीत.
इंद्र, वरुण, प्रजापती, बृहस्पती या देवता नेहमीच आमचं कल्याण करोत! आम्हांला सदैव सुरक्षित ठेवोत!

आपल्या पूर्वजांनी याच भावना व्यक्त करत उपनिषदातून परमेश्वराजवळ किती सुंदर मागणं मागितलं आहे पाहा!

ॐ असतो मा सद्‌गमय।
तमसो मा ज्योतिर्गमय।
मृत्योर्मा अमृतं गमय।

संत ज्ञानेश्वर

हे भगवंता! तू आम्हांला असत्याकडून वैश्विक सत्याकडे घेऊन चल!
अंधकाराकडून ज्ञानाच्या प्रकाशाकडे आमची वाटचाल होत राहू दे!
आम्ही क्षणभंगुरतेकडून अमरत्वाकडे जात राहू!

वेगवेगळ्या श्लोकांतून, प्रार्थनेतून प्रकटलेले हे सगळे भाव, भावना केवळ एकाच काव्यपंक्तीतून अभिव्यक्त करण्याची अफाट ताकद ज्ञानोबांच्या रचनेत आहे.

|| विश्वाचे आर्त माझ्या मनी प्रकाशले! ||

थोर पाश्चिमात्य वैज्ञानिक आइन्स्टाइनचे काही उद्‌गार वाचताना डोळ्यांसमोर मूर्तिमंत ज्ञानेश्वरच उभे राहतात. आइन्स्टाइन म्हणतो, 'काही भारतीयांचे अनुभव हे अतींद्रीय पातळीवरचे आणि साक्षात्काराच्या स्वरूपाचे असतात. त्यात भावनेची अगाध खोली आणि सौंदर्याच्या अनुभवाची परिसीमा आढळते. त्यामुळे फक्त मानवी बुद्धीच्या कक्षेत येतं, त्यालाच विज्ञान म्हणता येणार नाही.'

प्रत्येकाच्या मनात या 'विश्वशांती ध्याना'चं बीज रुजावं, अंकुरावं, तयाचा वेलू गगनावरी जावा हीच माउलींच्या चरणी प्रार्थना करू या!

ध्यानावरचं जागतिक संशोधन

शरीरे जर्जरीभूते व्याधिग्रस्ते कलेवरे।
औषधं जाह्नवीतोयं वैद्यो नारायणो हरिः॥

'वैद्य (डॉक्टर) हे प्रत्यक्ष ईश्वराचं रूप आहे', अशी अपार श्रद्धा हृदयात बाळगून मोठ्या आशेने रुग्ण आपल्या डॉक्टरांकडे पाहत असतात. वैद्यकीय क्षेत्रात अगदी उत्तम प्रॅक्टिस करणाऱ्या निष्णात डॉक्टरांनादेखील एक अनुभव नेहमी येतो. 'एखादा रुग्ण नक्की बरा होणार' असं वाटत असतानाच तो शेवटच्या प्रवासाला निघून जातो; आणि 'जगण्याची आशा फार कमी आहे' असं वाटत असलेली व्यक्ती मात्र ठणठणीत बरी होते.

हे का घडतं? याविषयी बराच अभ्यासही झाला आहे. त्यामुळे रुग्णांवर शारीरिक उपचार करताना, त्यांच्या मनाचं आरोग्य कसं आहे, हेही डॉक्टरांनी विचारात घ्यायला सुरुवात केली. त्यांच्या लक्षात यायला लागलं, की या शरीराच्या आत खोल कुठेतरी दडून बसलेलं मन किती सक्षम आहे, यावरही उपचारांना मिळणारा प्रतिसाद मोठ्या प्रमाणावर अवलंबून असतो. अशा या बलवान मनाला नेहमी सुदृढ ठेवण्यासाठी जे उपाय करावे लागतात, त्या सर्व उपायांमध्ये ध्यानाचं महत्त्व उच्चतम आहे.

आरोग्य उत्तम राहण्यासाठी ध्यानाचा एवढा फायदा होत असेल, तर ते कसे करावं हे साध्यासोप्या भाषेत समजून घेणं गरजेचं आहे. म्हणूनच, ध्यानाच्या

वेगवेगळ्या पद्धतींचा अभ्यास, त्या पद्धती अधिकाधिक परिणामकारक कशा होतील, हे आपण समजून घेणार आहोत.

ध्यानाविषयी एक मोठा गैरसमज अगदी अलीकडच्या काळापर्यंत होता. 'योगशास्त्रातील ध्यानाचा संबंध हा फक्त अध्यात्माशी आहे. वैद्यकीय, वैज्ञानिक निकषांवर हे शास्त्र टिकणार नाही!' असा हा चुकीचा समज तज्ज्ञांच्या मनात घर करून बसलेला होता. मात्र, गेल्या काही वर्षांत ध्यानावर वेगवेगळ्या प्रकारचं शास्त्रीय संशोधन झालं आहे. त्यातून मानवी जीवनातील सर्व पैलूंमध्ये ध्यानामुळे घडणारे परिणाम या संशोधनातून लक्षात आले. हे मतपरिवर्तन कसं घडलं, हे पुढील उदाहरणावरून आपल्या सहज लक्षात येईल.

डॉ. प्रमाहा किरायती श्रीबुथाना हे अमेरिकेतील एक प्रथितयश बालरोग आंतरग्रंथीविकार तज्ज्ञ आणि संशोधक आहेत. 'डॉक्टर ते भिख्खू' असा त्यांचा प्रवास जगाला विस्मयचकित करणारा आहे! या प्रवासाविषयी याच नावाचं एक पुस्तकही त्यांनी लिहिलं आहे. या डॉक्टरांनी एका आंतरराष्ट्रीय परिषदेत वैद्यकीय क्षेत्रातील मान्यवरांसमोर ध्यानावर अभ्यासपूर्ण व्याख्यान दिलं. या व्याख्यानातलं त्यांचं एक वाक्य फार महत्त्वाचं आहे. ते म्हणतात, 'ध्यान हा रोजच्या जगण्याचा भाग झाला पाहिजे. त्यासाठी ते ध्यान तितकंच सहजपणे होणं किंवा करता येणं आवश्यक आहे.'

युरोपातील प्रसिद्ध अणुवैज्ञानिक डॉ. फ्रित्जॉफ कॉप्रा यांनी आपल्या *ताओ ऑफ फिजिक्स* या गाजलेल्या पुस्तकात भौतिकशास्त्राचा ५०० वर्षांच्या प्रवासाचा आढावा घेतला आहे. एका बाजूला हिंदू, बौद्ध, ताओ, झेन अशा अनेक पौर्वात्य आध्यात्मिक विचारधारांचा सखोल अभ्यास त्यांनी केला; तर दुसऱ्या बाजूला देकार्त, न्यूटनपासून ते आईन्स्टाईन, हायझेन्बर्गपर्यंत सर्व भौतिकशास्त्रज्ञांच्या विचारधारांचं बारकाईने निरीक्षण केलं. त्यातून या दोन्हींचा अनोखा मिलाफ साधला. अंतिमतः, या विश्वाविषयीचा पाश्चिमात्य 'यांत्रिकी' दृष्टिकोन आणि पौर्वात्य आध्यात्मिकांचा 'सजीव' दृष्टिकोन हे एकमेकांशी कसे मिळतेजुळते आहेत, हे त्यांनी प्रभावीपणे मांडलं. या पुस्तकाने जगातील

डॉक्टर्स, विचारवंत, वैज्ञानिक यांना योगशास्त्राविषयीचा दृष्टिकोन आमूलाग्र बदलण्यास भाग पाडलं.

डॉ. दीपक चोप्रा हे भारतीय वंशाचे अमेरिकेतील डॉक्टर. त्यांनी लिहिलेले *क्वांटम हिलिंग* हे पुस्तक अनेक वर्षांपासून जगभरातील 'बेस्ट सेलर बुक्स'च्या यादीत आहे. या पुस्तकातून त्यांनी ध्यान-योगाचा अभ्यास हा वैद्यकीय उपचारांना कसा पूरक ठरतो, हे अतिशय शास्त्रशुद्ध पद्धतीने सांगितलं. ध्यानाच्या माध्यमातून मनाच्या मुळापर्यंत जाऊन तिथले गुंते सोडवता येतात. निरभ्र आकाशासारखं स्वच्छ झालेलं मन हे जुनाट आजार बरे करण्यासाठी मोठी मदत करतं. हे सगळं कसं घडतं, हे डॉ. दीपक चोप्रा आजही जगासमोर मांडत आहेत.

जगभरातल्या साधकांचे ध्यान करण्याचे उद्देश हे कदाचित वेगवेगळे असू शकतील. उपासना, धर्म, साक्षात्कार, ईश्वरप्राप्ती अशा काहीशा आध्यात्मिक समजल्या जाणाऱ्या हेतूंसाठी ध्यान करणाऱ्यांची संख्या खूप मोठी आहे. त्याचबरोबर मेंदूचं आरोग्य, वार्धक्य लांबवणं, आरोग्यरक्षण, जीवनात यशस्वी होणं अशा ऐहिक फायद्यांसाठीही अनेकजण ध्यान करत असतात.

वर उल्लेख केलेले डॉ. श्रीबुथाना, डॉ. कॉप्रा, डॉ. चोप्रा हे वैश्विक स्तरावर मान्यता पावलेले डॉक्टर्स आहेत. ही केवळ काही उदाहरणं म्हणून दिली आहेत. या सगळ्यांचं संशोधन लक्षात घेता ध्यानाची प्रक्रिया ही विज्ञानाच्या कसोटीवर सिद्ध झाली आहे हे मान्य करून प्रत्येकाने वेळात वेळ काढून दररोज ध्यान करायला हवं!

लेखक परिचय

मनोज पटवर्धन

राष्ट्रीय व आंतरराष्ट्रीय स्तरावरील ज्येष्ठ योगतज्ज्ञ

- मेकॅनिकल इंजिनिअर. किर्लोस्कर उद्योगसमूहात ज्येष्ठ पदावर कार्यरत होते.
- मनो-वर्धन योगसंस्थेचे संस्थापक, संचालक. मनो-वर्धन योगसंस्थेच्या माध्यमातून २८ वर्षे भव्य प्रमाणात सामूहिक सूर्यनमस्कार, योगासन स्पर्धांचे आयोजन. त्यासाठी लंडन बुक ऑफ रेकॉर्ड्सतर्फे विश्वविक्रम पुरस्कार.
- ऑस्ट्रेलिया, जर्मनी, युरोप, जपान, सिंगापूर, थायलंड अशा अनेक देशांत योगकार्यशाळा

  अखिल भारतीय योगशिक्षक महासंघ - नवी दिल्ली या संस्थेच्या समितीचे सदस्य
- 'सकाळ' वृत्तपत्रात वर्षभर 'ध्यानस्थ' तसेच 'फॅमिली गाईड' साप्ताहिकात योगविषयक लेखन

  केंद्र सरकारच्या 'ब्यूरो ऑफ इंडियन स्टॅण्डर्ड्स' BSI संस्थेत योगविषयक IS 17874 स्टॅन्डर्ड तयार करण्यासाठी सल्लागार
- स्वामी विवेकानंद युनिव्हर्सिटी बंगळुरू (SVYASA) येथे मधुमेह योगोपचाराचे विशेष प्रशिक्षण
- माजी राष्ट्रपती मा. प्रतिभाताई पाटील यांसह अनेक प्रख्यात कलाकार, साहित्यिक, डॉक्टर, सर्जन, मानसोपचारतज्ज्ञांना योगविषयक मार्गदर्शन

- आकाशवाणी, दूरदर्शन, फिल्म इन्स्टिट्यूट इत्यादी प्रसिद्ध चॅनेल्स, माध्यमं तसंच पॉडकास्टवर मुलाखती
- पुणे विद्यापीठाकडून योगपरीक्षक म्हणून काम
- भारत सरकारच्या NSDC विभागातर्फे युरोपातील स्पर्धांसाठी विद्यार्थ्यांना योगप्रशिक्षण. विद्यार्थ्यांनी डेन्मार्क, रशिया येथील जागतिक स्पर्धेत भारतासाठी सुवर्णपदके मिळवली.
- LIC, COEP, TATA, IDBI, MES, गरवारे, MIT कॉलेज यांसारख्या संस्था; तसेच बँका, आयटी कंपन्यातील कर्मचाऱ्यांना प्रशिक्षण देत आहेत.
- क्रीडा भारती संस्थेच्या 'दक्षिण पुणे' भागाचे संयोजक
- ज्येष्ठ नागरिक संघटना, महिला, अनाथ मुलींसाठी योगशिबिरे
- नैनिताल, हृषीकेश येथील योगी अरविंद आश्रमातील शिबिरात योगविषयक मार्गदर्शन
- अनेक सायकॉलॉजी सेंटर्स, मॅनेजमेंट कन्सल्टन्सी, संस्थांमध्ये योगसल्लागार
- मधुमेह, कर्करोग, हृदयविकार व इतर अनेक शारीरिक/मानसिक/मनोशारीरिक आजारांवरील नियंत्रणासाठी वैशिष्ट्यपूर्ण योगपद्धतींचा विकास
- महाराष्ट्र राज्य कबड्डी असोसिएशनच्या प्रशिक्षकांना योगप्रशिक्षण
- स्वरसंपदा म्युझिक ॲकॅडमीतर्फे त्यांचा 'Pranayama for Singers' हा व्हिडिओ प्रकाशित
- निरोगी जीवनासाठी योग, Yoga@50.com, Stop Diabetes Movement अशा अनेक कार्यक्रमांचे आयोजन.

साहित्य संपदा

- ध्यान, प्राणायाम, योगविषयक अनेक पुरस्कारप्राप्त पुस्तकांचे लेखन
- अनेक दैनिक, साप्ताहिक, मासिक, तसेच दिवाळी अंक यांमध्ये योगविषयक विपुल लेखन
- Yoga-tadnya Manoj Patwardhan या नावाने यू ट्यूब चॅनेल प्रसिद्ध

सकाळ प्रकाशनाची इतर पुस्तके

श्रीगुरू डॉ. बालाजी तांबे लिखित

- संतुलन क्रियायोग
- Santulan Kriyayog
- स्वयंपाकघरातील दवाखाना
- श्रीमन प्रसन्न (कार्यसिद्धी)
- चमत्कार पंचकर्माचा
- नाते वनस्पतींशी (आयुर्वेद उवाच : भाग 3)
- घरगुती उपचार
- मंत्र जीवनाचा
- मंत्र आरोग्याचा

डॉ. अविनाश भोंडवे लिखित

- वैद्यकीय मदत
- बदलू जीवनशैली आरोग्यासाठी
- आरोग्याचा मूलमंत्र
- स्त्रियांचे आजार व उपचार

इतर लेखकांची पुस्तके

- We Are What We Eat - **Ashok Tiwari, Arun Tiwari**
- Live for a LegacyDr - **Chinnababu, Arun Tiwari**
- अपत्यजन्माचे समाजभान - **डॉ. किशोर अतनूरकर**

www.ingramcontent.com/pod-product-compliance
Lightning Source LLC
LaVergne TN
LVHW010930051026
849532LV00003B/931